Universal Beauty: Exploring Cultures, Trends, and Traditions

സാർവത്രിക സൗന്ദര്യം: സംസ്കാരങ്ങളും പ്രവണതകളും പാരമ്പര്യങ്ങളും പര്യവേക്ഷണം

Aditya Joshi

Universal Beauty: Exploring Cultures, Trends, and Traditions

Copyright © 2023 by Aditya Joshi

This book is a work of fiction. Names, characters, places, and incidents either are the product of the author's imagination or are used fictitiously. Any resemblance to actual events, locales, persons, living or dead, is entirely coincidental.

The first edition was published in 2023

ISBN:
Published by:
Sunshine
1663 Liberty Drive
Hyderabad, IN 47403
www.Sunshinepublishers.com

This book is self-published using on-demand printing and publishing, which allows it to be printed and distributed globally

TABLE OF CONTENT

Chapter 1: Unveiling Beauty: A Cultural Tapestry 09

- Defining beauty across cultures and eras - from ancient ideals to modern perspectives.
- Exploring the role of history, geography, religion, and social structures in shaping beauty standards.
- Examining the diversity of beauty practices and rituals around the world.

Chapter 2: Through the Lens of Tradition: Ancient Expressions of Beauty 17

- Dive into the beauty ideals and practices of ancient civilizations: Egypt, Greece & Rome, India, Maya & Aztec.
- Explore the use of cosmetics, body modifications, hairstyles, and adornments in these cultures.
- Discuss the connection between beauty and religious beliefs, social status, and cultural identity.

Chapter 3: Global Perspectives: A Mosaic of Beauty Standards 25

- Travel across continents to uncover diverse beauty ideals in Africa, Asia, Australia & Pacific Islands, and Europe.
- Examine the influence of cultural values, ethnicities, and traditions on beauty perceptions.
- Discuss the role of body art, scarification, ornamentation, and fashion in shaping cultural beauty standards.

Chapter 4: The Shifting Sands of Trends: Beauty's Dance with Time 34

- Explore the evolution of beauty trends through the ages, from ancient times to the modern era.
- Analyze the influence of media, fashion, and advertising on shaping contemporary beauty ideals.
- Discuss the rise of social media and influencer culture, and their impact on beauty perceptions.

Chapter 5: Beyond the Surface: The Journey to Inner Beauty 43

- Move beyond physical appearance to explore the concept of inner beauty and its connection to well-being.
- Discuss the impact of body image and self-perception on mental health and self-esteem.
- Explore the rise of body positivity movements and the importance of self-acceptance.

Chapter 6: Embracing the Spectrum: A Celebration of Diversity and Inclusivity 52

- Challenge harmful beauty stereotypes based on race, gender, and ethnicity.

- Advocate for a more inclusive and diverse definition of beauty that celebrates individual uniqueness.

- Discuss the importance of representation and inclusivity in the beauty industry and beyond.

ഉള്ളടക്കം

അദ്ധ്യായം 1: സൗന്ദര്യത്തിന്റെ അനാവരണ: ഒരു സാംസ്കാരിക ടേപ്പസ്ട്രി

സംസ്കാരങ്ങൾക്കും യുഗങ്ങൾക്കും അപ്പുറം - പുരാതന ആദർശങ്ങളിൽ നിന്ന് ആധുനിക കാഴ്ചപ്പാടുകളിലേക്ക് - സൗന്ദര്യത്തെ നിർവചിക്കുന്നു.

ചരിത്രം, ഭൂമിശാസ്ത്രം, മതം, സാമൂഹിക ഘടനകൾ എന്നിവ സൗന്ദര്യ നിലവാരങ്ങളെ രൂപീകരിക്കുന്നതിലുള്ള പങ്ക് പരിശോധിക്കുന്നു.

ലോകമെമ്പാടുമുള്ള സൗന്ദര്യ പ്രയോഗങ്ങളുടെയും ചടങ്ങുകളുടെയും വൈവിധ്യം പരിശോധിക്കുന്നു.

അദ്ധ്യായം 2: പാരമ്പര്യത്തിന്റെ നേർത്ത്: പുരാതന സൗന്ദര്യ പ്രകാശനങ്ങൾ

പുരാതന നാഗരികതകളായ ഈജിപ്ത്, ഗ്രീക്ക് & റോം, ഇന്ത്യ, മായ & അസ്റ്റക്ക് എന്നിവയുടെ സൗന്ദര്യ ആദർശങ്ങളും പരിചയങ്ങളും മുഴുകുക.

ഈ സംസ്കാരങ്ങളിലെ സൗന്ദര്യവർദ്ധക വസ്തുക്കളുടെ, ശരീര പരിവർത്തനങ്ങളുടെ, കേശസംവിധാനങ്ങളുടെ, അലങ്കാരങ്ങളുടെ ഉപയോഗം പര്യവേക്ഷണം ചെയ്യുക.

സൗന്ദര്യവും മതവിശ്വാസങ്ങളും, സാമൂഹിക നിലയും, സാംസ്കാരിക അസ്തിതയും തമ്മിലുള്ള ബന്ധം ചർച്ച ചെയ്യുക.

ആഫ്രിക്ക, ഏഷ്യ, ഓസ്ട്രേലിയ & പസഫിക് ദ്വീപസമൂഹങ്ങൾ, യൂറോപ്പ് എന്നിവിടങ്ങളിലെ വൈവിധ്യമാർന്ന സൗന്ദര്യ ആദർശങ്ങൾ കണ്ടെത്താൻ ഭൂഖണ്ഡങ്ങൾ കടന്നുപോകുക.

സാംസ്കാരിക മൂല്യങ്ങൾ, വംശീയത, പാരമ്പര്യങ്ങൾ എന്നിവ സൗന്ദര്യ ഔചീലുകളെ സ്വാധീനിക്കുന്നത് പരിശോധിക്കുക.

ശരീര കല, ചുടല, അലങ്കാരം, ഫാഷൻ എന്നിവ സാംസ്കാരിക സൗന്ദര്യ നിലവാരങ്ങളെ രൂപീകരിക്കുന്നതിലുള്ള പങ്ക് ചർച്ച ചെയ്യുക.

പുരാതന കാലം മുതൽ ആധുനിക യുഗം വരെ സൗന്ദര്യ പ്രവണതകളുടെ പരിണാമം പര്യവേക്ഷണം ചെയ്യുന്നു.

സമകാലിക സൗന്ദര്യ ആദർശങ്ങളെ രൂപീകരിക്കുന്നതിൽ മീഡിയ, ഫാഷൻ, പരസ്യങ്ങൾ എന്നിവയുടെ സ്വാധീനം വിശകലനം ചെയ്യുന്നു.

സോഷ്യൽ മീഡിയയും ഇൻഫ്ലുവൻസർ സംസ്കാരവും ഉയർന്നുവരുന്നതും അവ സൗന്ദര്യ അവബോധത്തെ സ്വാധീനിക്കുന്നതും ചർച്ച ചെയ്യുന്നു.

അദ്ധ്യായം 5: ഉപരിതലത്തിനപ്പുറം: ആന്തരിക സൗന്ദര്യത്തിലേക്കുള്ള യാത്ര 43

ശാരീരിക രൂപത്തെ കടന്ന് ആന്തരിക സൗന്ദര്യത്തിന്റെ ആശയവും അത് നല്ല ആരോഗ്യവുമായുള്ള ബന്ധവും പര്യവേക്ഷണം ചെയ്യുന്നു.

ശരീര ചിത്രവും സ്വയം ധാരണയും മാനസികാരോഗ്യത്തിലും സ്വയം വിലയിരുത്തലിലും ചെലുത്തുന്ന സ്വാധീനം ചർച്ച ചെയ്യുന്നു.

ശരീര പോസിറ്റിവിറ്റി പ്രസ്ഥാനങ്ങളുടെ ഉയർന്നുവരവും സ്വയം സ്വീകാര്യതയുടെ പ്രാധാന്യവും പര്യവേക്ഷണം ചെയ്യുന്നു.

അദ്ധ്യായം 6: സ്പെക്ട്രം ഉൾക്കൊള്ളുന്നു: വൈവിധ്യത്തിന്റെയും ഉൾപ്പെടുത്തലിന്റെയും ആഘോഷം 52

വർഗം, ലിംഗഭേദം, വംശീയത എന്നിവയെ അടിസ്ഥാനമാക്കിയുള്ള ഹാനികരമായ സൗന്ദര്യ മുൻവിധികളെ ചോദ്യം ചെയ്യുന്നു.

വ്യക്തിഗത സ്വഭാവത്തെ ആഘോഷിക്കുന്ന, കൂടുതൽ ഉൾപ്പെടുത്തൽപരവും വൈവിധ്യപൂർണവുമായ സൗന്ദര്യ നിർവചനത്തിനായി വാദിക്കുന്നു.

സൗന്ദര്യവ്യവസായത്തിലും അതിനപ്പുറത്തും പ്രാതിനിധ്യത്തിന്റെയും ഉൾപ്പെടുത്തലിന്റെയും പ്രാധാന്യം ചർച്ച ചെയ്യുന്നു.

Chapter 1: Unveiling Beauty: A Cultural Tapestry

അദ്ധ്യായം 1: സൗന്ദര്യത്തിന്റെ അനാവരണ: ഒരു സാംസ്കാരിക ടേപ്പസ്ട്രി

സൗന്ദര്യത്തിന്റെ നിർവചനം: സംസ്കാരങ്ങൾക്കും യുഗങ്ങൾക്കും അപ്പുറം

സൗന്ദര്യം എന്നത് ഒരു ആത്മനിഷ്ഠമായ അനുഭവമാണ്, എന്നാൽ അതിന്റെ നിർവചനം എക്കാലവും സംസ്കാരങ്ങളും യുഗങ്ങളും തമ്മിൽ വ്യത്യാസപ്പെട്ടിരിക്കുന്നു. ഈ ലേഖനം പുരാതന ആദർശങ്ങളിൽ നിന്ന് ആധുനിക കാഴ്ചപ്പാടുകളിലേക്ക്, സൗന്ദര്യത്തെ നിർവചിക്കുന്നതിന് വ്യത്യസ്ത സമീപനങ്ങളെ അപഗ്രഥിക്കുന്നു.

പുരാതന ആദർശങ്ങൾ

പുരാതന ലോകത്ത്, സൗന്ദര്യം പലപ്പോഴും ദൈവികതയുമായി ബന്ധപ്പെട്ടിരുന്നു. ഗ്രീക്ക് ദൈവങ്ങൾ സൗന്ദര്യത്തിന്റെയും ഗ്രേസ്ബോധിയുടെയും മാതൃകകളായിരുന്നു, കൂടാതെ പുരാതന റോമക്കാർ സൗന്ദര്യത്തെ യോഗ്യതയുടെയും നീതിയുടെയും അടയാളമായി കണ്ടു. ഈ ആദർശങ്ങൾ പുരാതന

കലയിലും വാസ്തുവിദ്യയിലും പ്രതിഫലിച്ചു, അത് സൗന്ദര്യത്തെ യോജിപ്പ്, സമത്വം, സമൃദ്ധി എന്നിവയുമായി ബന്ധപ്പെടുത്തി.

മധ്യകാലഘട്ടം

മധ്യകാലഘട്ടത്തിൽ, സൗന്ദര്യം പലപ്പോഴും ദൈവീകമായതിന്റെയും മതപരമായതിന്റെയും ഒരു പ്രതിഫലനമായി കണ്ടു. ക്രിസ്ത്യൻ ആദർശങ്ങൾ സൗന്ദര്യത്തെ ദൈവത്തിന്റെ സ്നേഹത്തിന്റെയും കരുണയുടെയും ഒരു പ്രകടനമായി കണ്ടു, കൂടാതെ ദൈവത്തിന്റെ സൃഷ്ടിയെ അനുകരിക്കുന്നതിന് കലയും വാസ്തുവിദ്യയും ഉപയോഗിക്കണമെന്ന് പ്രോത്സാഹിപ്പിച്ചു.

പുനരുജ്ജീവനം

പുനരുജ്ജീവനത്തിൽ, സൗന്ദര്യം വീണ്ടും പുരാതന ആദർശങ്ങളിലേക്ക് തിരിഞ്ഞു. പുരാതന ഗ്രീക്ക് കലയും വാസ്തുവിദ്യയും പരിശോധിച്ച പുനരുജ്ജീവന കലാകാരന്മാർ സൗന്ദര്യത്തെ യോജിപ്പ്, സമത്വം, സമൃദ്ധി എന്നിവയുമായി ബന്ധപ്പെടുത്തി.

ആധുനികത

ആധുനികതയിൽ, സൗന്ദര്യത്തിന്റെ നിർവചനം കൂടുതൽ വ്യക്തിപരവും അസ്ഥിരവുമായി മാറി. റൊമാൻറിസിസം, ഇംപ്രഷനിസം, ഫ്യൂചറിസം

എന്നിവയുൾപ്പെടെയുള്ള ആധുനിക കലാ പ്രസ്ഥാനങ്ങൾ സാധാരണ സൗന്ദര്യ മാനദണ്ഡങ്ങൾക്ക് എതിരായി പ്രതികരിച്ചു, പുതിയതും അവിശ്വസനീയവുമായ സൗന്ദര്യ രൂപങ്ങൾ സൃഷ്ടിച്ചു.

ആധുനിക കാഴ്ചപ്പാടുകൾ

ആധുനിക യുഗത്തിൽ, സൗന്ദര്യത്തിന്റെ നിർവചനം ഇപ്പോഴും വികസിച്ചുകൊണ്ടിരിക്കുകയാണ്. ചിലർ സൗന്ദര്യം വ്യക്തിപരമായ അഭിപ്രായത്തിന്റെയും അഭിരുചിയുടെയും ഒരു പ്രശ്നമാണെന്ന് വാദിക്കുന്നു, മറ്റുള്ളവർ സൗന്ദര്യത്തിന് കൂടുതൽ വ്യക്തമായ നിർവചനമുണ്ടെന്ന് വിശ്വസിക്കുന്നു.

സൗന്ദര്യത്തിന്റെ നിർവചനം ഒരു സങ്കീർണ്ണമായ വിഷയമാണ്, അതിന് ഒരു ഉത്തരമില്ല.

ചരിത്രം, ഭൂമിശാസ്ത്രം, മതം, സാമൂഹിക ഘടനകൾ: സൗന്ദര്യ നിലവാരങ്ങളെ രൂപീകരിക്കുന്നതിൽ അവരുടെ പങ്ക്

സൗന്ദര്യം എന്നത് ഒരു ആത്മനിഷ്ഠമായ അനുഭവമാണ്, എന്നാൽ അതിന്റെ നിർവചനം എക്കാലവും സംസ്കാരങ്ങളും യുഗങ്ങളും തമ്മിൽ വ്യത്യാസപ്പെട്ടിരിക്കുന്നു. ഈ ലേഖനം ചരിത്രം, ഭൂമിശാസ്ത്രം, മതം, സാമൂഹിക ഘടനകൾ എന്നിവ സൗന്ദര്യ നിലവാരങ്ങളെ രൂപീകരിക്കുന്നതിലുള്ള പങ്ക് പരിശോധിക്കുന്നു.

ചരിത്രം

സൗന്ദര്യത്തിന്റെ നിർവചനം ചരിത്രപരമായി വികസിച്ചുകൊണ്ടിരിക്കുകയാണ്. പുരാതന ലോകത്ത്, സൗന്ദര്യം പലപ്പോഴും ദൈവികതയുമായി ബന്ധപ്പെട്ടിരുന്നു. ഗ്രീക്ക് ദൈവങ്ങൾ സൗന്ദര്യത്തിന്റെയും ഗ്രേസ്ബോഡിയുടെയും മാതൃകകളായിരുന്നു, കൂടാതെ പുരാതന റോമക്കാർ സൗന്ദര്യത്തെ യോഗ്യതയുടെയും നീതിയുടെയും അടയാളമായി കണ്ടു. ഈ ആദർശങ്ങൾ പുരാതന കലയിലും വാസ്തുവിദ്യയിലും പ്രതിഫലിച്ചു, അത് സൗന്ദര്യത്തെ യോജിപ്പ്, സമത്വം, സമൃദ്ധി എന്നിവയുമായി ബന്ധപ്പെടുത്തി.

മധ്യകാലഘട്ടത്തിൽ, സൗന്ദര്യം പലപ്പോഴും ദൈവീകമായതിന്റെയും മതപരമായതിന്റെയും ഒരു പ്രതിഫലനമായി

കണ്ടു. ക്രിസ്ത്യൻ ആദർശങ്ങൾ സൗന്ദര്യത്തെ ദൈവത്തിന്റെ സ്നേഹത്തിന്റെയും കരുണയുടെയും ഒരു പ്രകടനമായി കണ്ടു, കൂടാതെ ദൈവത്തിന്റെ സൃഷ്ടിയെ അനുകരിക്കുന്നതിന് കലയും വാസ്തുവിദ്യയും ഉപയോഗിക്കണമെന്ന് പ്രോത്സാഹിപ്പിച്ചു.

പുനരുജ്ജീവനത്തിൽ, സൗന്ദര്യം വീണ്ടും പുരാതന ആദർശങ്ങളിലേക്ക് തിരിഞ്ഞു. പുരാതന ഗ്രീക്ക് കലയും വാസ്തുവിദ്യയും പരിശോധിച്ച പുനരുജ്ജീവന കലാകാരന്മാർ സൗന്ദര്യത്തെ യോജിപ്പ്, സമത്വം, സമൃദ്ധി എന്നിവയുമായി ബന്ധപ്പെടുത്തി.

ആധുനികതയിൽ, സൗന്ദര്യത്തിന്റെ നിർവചനം കൂടുതൽ വ്യക്തിപരവും അസ്ഥിരവുമായി മാറി. റൊമാൻറിസിസം, ഇംപ്രഷനിസം, ഫ്യൂചറിസം എന്നിവയുൾപ്പെടെയുള്ള ആധുനിക കലാ പ്രസ്ഥാനങ്ങൾ സാധാരണ സൗന്ദര്യ മാനദണ്ഡങ്ങൾക്ക് എതിരായി പ്രതികരിച്ചു, പുതിയതും അവിശ്വസനീയവുമായ സൗന്ദര്യ രൂപങ്ങൾ സൃഷ്ടിച്ചു.

ആധുനിക യുഗത്തിൽ, സൗന്ദര്യത്തിന്റെ നിർവചനം ഇപ്പോഴും വികസിച്ചുകൊണ്ടിരിക്കുകയാണ്. ചിലർ സൗന്ദര്യം വ്യക്തിപരമായ അഭിപ്രായത്തിന്റെയും അഭിരുചിയുടെയും ഒരു പ്രശ്നമാണെന്ന് വാദിക്കുന്നു, മറ്റുള്ളവർ

സൗന്ദര്യത്തിന് കൂടുതൽ വ്യക്തമായ നിർവചനമുണ്ടെന്ന് വിശ്വസിക്കുന്നു.

സൗന്ദര്യത്തിന്റെ നിർവചനം ചരിത്രപരമായി മാറിക്കൊണ്ടിരിക്കുകയാണെന്ന് കാണാൻ കഴിയും.

ലോകമെമ്പാടുമുള്ള സൗന്ദര്യ പ്രയോഗങ്ങളുടെയും ചടങ്ങുകളുടെയും വൈവിധ്യം പരിശോധിക്കുന്നു

സൗന്ദര്യം ഒരു ആത്മനിഷ്ഠമായ അനുഭവമാണ്, എന്നാൽ അതിന്റെ നിർവചനം എക്കാലവും സംസ്കാരങ്ങളും യുഗങ്ങളും തമ്മിൽ വ്യത്യാസപ്പെട്ടിരിക്കുന്നു. ലോകമെമ്പാടും, ആളുകൾ തങ്ങളുടെ ശരീരം, മുടി, വസ്ത്രം, അലങ്കാരങ്ങൾ എന്നിവയെക്കുറിച്ചുള്ള ഒരു പ്രത്യേക രീതിയിൽ കരുതുന്നു. ഈ വ്യത്യസ്ത കാഴ്ചപ്പാടുകളും പ്രാധാന്യങ്ങളും സൗന്ദര്യ പ്രയോഗങ്ങളുടെയും ചടങ്ങുകളുടെയും വൈവിധ്യത്തിലേക്ക് നയിക്കുന്നു.

ചരിത്രം

സൗന്ദര്യ പ്രയോഗങ്ങളും ചടങ്ങുകളും ചരിത്രപരമായി വികസിച്ചുകൊണ്ടിരിക്കുകയാണ്. പുരാതന ലോകത്ത്, സൗന്ദര്യം പലപ്പോഴും ദൈവികതയുമായി ബന്ധപ്പെട്ടിരുന്നു. ഗ്രീക്ക് ദൈവങ്ങൾ സൗന്ദര്യത്തിന്റെയും ഗ്രേസ്ബോഡിയുടെയും മാതൃകകളായിരുന്നു, കൂടാതെ പുരാതന റോമക്കാർ സൗന്ദര്യത്തെ യോഗ്യതയുടെയും നീതിയുടെയും അടയാളമായി കണ്ടു. ഈ ആദർശങ്ങൾ പുരാതന കലയിലും വാസ്തുവിദ്യയിലും പ്രതിഫലിച്ചു, അത് സൗന്ദര്യത്തെ യോജിപ്പ്, സമത്വം, സമൃദ്ധി എന്നിവയുമായി ബന്ധപ്പെടുത്തി.

മധ്യകാലഘട്ടത്തിൽ, സൗന്ദര്യം പലപ്പോഴും ദൈവീകമായതിന്റെയും മതപരമായതിന്റെയും ഒരു പ്രതിഫലനമായി കണ്ടു. ക്രിസ്ത്യൻ ആദർശങ്ങൾ സൗന്ദര്യത്തെ ദൈവത്തിന്റെ സ്നേഹത്തിന്റെയും കരുണയുടെയും ഒരു പ്രകടനമായി കണ്ടു, കൂടാതെ ദൈവത്തിന്റെ സൃഷ്ടിയെ അനുകരിക്കുന്നതിന് കലയും വാസ്തുവിദ്യയും ഉപയോഗിക്കണമെന്ന് പ്രോത്സാഹിപ്പിച്ചു. ഈ കാലഘട്ടത്തിൽ, സൗന്ദര്യ പ്രയോഗങ്ങളിൽ പലപ്പോഴും ലാളിത്യവും സ്വാഭാവികതയും പ്രോത്സാഹിപ്പിക്കപ്പെട്ടു.

പുനരുജ്ജീവനത്തിൽ, സൗന്ദര്യം വീണ്ടും പുരാതന ആദർശങ്ങളിലേക്ക് തിരിഞ്ഞു. പുരാതന ഗ്രീക്ക് കലയും വാസ്തുവിദ്യയും പരിശോധിച്ച പുനരുജ്ജീവന കലാകാരന്മാർ സൗന്ദര്യത്തെ യോജിപ്പ്, സമത്വം, സമൃദ്ധി എന്നിവയുമായി ബന്ധപ്പെടുത്തി. ഈ കാലഘട്ടത്തിൽ, സൗന്ദര്യ പ്രയോഗങ്ങളിൽ പലപ്പോഴും സമൃദ്ധിയും സ്റ്റൈലും പ്രോത്സാഹിപ്പിക്കപ്പെട്ടു.

ആധുനികതയിൽ, സൗന്ദര്യത്തിന്റെ നിർവചനം കൂടുതൽ വ്യക്തിപരവും അസ്ഥിരവുമായി മാറി. റൊമാന്റിസിസം, ഇംപ്രഷനിസം, ഫ്യൂചറിസം എന്നിവയുൾപ്പെടെയുള്ള ആധുനിക കലാ പ്രസ്ഥാനങ്ങൾ സാധാരണ സൗന്ദര്യ മാനദണ്ഡങ്ങൾക്ക് എതിരായി പ്രതികരിച്ചു, പുതിയതും അവിശ്വസനീയവുമായ സൗ

Chapter 2: Through the Lens of Tradition: Ancient Expressions of Beauty

അദ്ധ്യായം 2: പാരമ്പര്യത്തിന്റെ നേർത്ത്: പുരാതന സൗന്ദര്യ പ്രകാശനങ്ങൾ

പുരാതന നാഗരികതകളിലെ സൗന്ദര്യ ആദർശങ്ങളും പരിചയങ്ങളും

സൗന്ദര്യം എന്നത് ഒരു ആത്മനിഷ്ഠമായ അനുഭവമാണ്, എന്നാൽ അതിന്റെ നിർവചനം എക്കാലവും സംസ്കാരങ്ങളും യുഗങ്ങളും തമ്മിൽ വ്യത്യാസപ്പെട്ടിരിക്കുന്നു. പുരാതന ലോകത്ത്, ഈജിപ്ത്, ഗ്രീക്ക്, റോം, ഇന്ത്യ, മായ, അസ്സക്ക് എന്നിവയുൾപ്പെടെയുള്ള വിവിധ നാഗരികതകൾക്ക് സൗന്ദര്യത്തിന്റെ വ്യത്യസ്ത ആദർശങ്ങളും പരിചയങ്ങളും ഉണ്ടായിരുന്നു. ഈ നാഗരികതകൾ അവരുടെ ശരീരം, മുടി, വസ്ത്രം, അലങ്കാരങ്ങൾ എന്നിവയെക്കുറിച്ചുള്ള ഒരു പ്രത്യേക രീതിയിൽ കരുതുന്നു. ഈ വ്യത്യസ്ത കാഴ്ചപ്പാടുകളും പ്രാധാന്യങ്ങളും സൗന്ദര്യ പ്രയോഗങ്ങളുടെയും ചടങ്ങുകളുടെയും വൈവിധ്യത്തിലേക്ക് നയിക്കുന്നു.

ഈജിപ്ത്

പുരാതന ഈജിപ്ത് ഒരു വൈവിധ്യമാർന്ന സമൂഹമായിരുന്നു, അതിൽ വിവിധ സാമൂഹിക

ക്ലാസുകൾ ഉൾപ്പെടുന്നു. രാജാക്കന്മാർ, പുരോഹിതന്മാർ, ഉയർന്ന ക്ലാസ് എന്നിവരുടെ സൗന്ദര്യ ആദർശങ്ങൾ സാധാരണക്കാരുടെ സൗന്ദര്യ ആദർശങ്ങളിൽ നിന്ന് വ്യത്യസ്തമായിരുന്നു.

രാജാക്കന്മാർക്കും പുരോഹിതന്മാർക്കും സൗന്ദര്യത്തിന്റെയും ശക്തിയുടെയും അടയാളമായി കണക്കാക്കപ്പെടുന്ന വലിയ ശരീരവും നീണ്ട മുടിയും ഉണ്ടായിരിക്കണമായിരുന്നു. അവർ പലപ്പോഴും സ്വർണ്ണവും മറ്റ് വിലയേറിയ വസ്തുക്കളും കൊണ്ട് അലങ്കരിച്ചിരുന്നു.

സാധാരണക്കാർക്ക് കുറഞ്ഞ ആദർശങ്ങളുണ്ടായിരുന്നു. അവർക്ക് സന്തുലിതമായ ശരീരവും ആരോഗ്യകരമായ മുടിയും ഉണ്ടായിരിക്കണമായിരുന്നു. അവർ പലപ്പോഴും തുണിത്തരങ്ങളും മറ്റ് ലളിതമായ അലങ്കാരങ്ങളും ധരിച്ചിരുന്നു.

പുരാതന ഈജിപ്തുകാർ സൗന്ദര്യത്തെ ദൈവീകതയുമായി ബന്ധപ്പെടുത്തി. അവർ വിശ്വസിച്ചു, സുന്ദരമായ ആളുകൾ ദൈവങ്ങളാൽ അനുഗ്രഹിക്കപ്പെട്ടവരായിരുന്നു.

ഗ്രീക്ക് & റോം

പുരാതന ഗ്രീക്ക് സംസ്കാരം സൗന്ദര്യത്തെ വളരെയധികം വിലമതിച്ചു. അവർ സൗന്ദര്യത്തെ

യോജിപ്പ്, സമത്വം, സമൃദ്ധി എന്നിവയുമായി ബന്ധപ്പെടുത്തി. ഗ്രീക്ക് കലാകാരന്മാരും എഴുത്തുകാരും സൗന്ദര്യത്തിന്റെ ആദർശങ്ങൾ പ്രതിഫലിപ്പിക്കുന്ന രചനകൾ സൃഷ്ടിച്ചു.

ഗ്രീക്ക് സൗന്ദര്യ ആദർശങ്ങളിൽ പെടുന്നു:

- സന്തുലിതമായ ശരീരം
- നീണ്ട, ഗ്രേസ്ഫുൾ മുടി
- തുണിത്തരങ്ങളാൽ മൂടിയിരിക്കുന്ന ശരീരം
- സ്വർണ്ണവും മറ്റ് വിലയേറിയ വസ്തുക്കളും കൊണ്ട് അലങ്കരിച്ചിരിക്കുന്നു

പുരാതന റോമക്കാർ ഗ്രീക്ക് സൗന്ദര്യ ആദർശങ്ങളെ സ്വീകരിച്ചു, പക്ഷേ അവരുടെ സ്വന്തം ഫലങ്ങൾ ചേർത്തു. ഉദാഹരണത്തിന്, റോമക്കാർ സൗന്ദര്യത്തെ ധൈര്യവും ശക്തിയും എന്നിവയുമായി ബന്ധപ്പെടുത്തി.

പുരാതന നാഗരികതകളിലെ സൗന്ദര്യവർദ്ധക വസ്തുക്കളുടെ, ശരീര പരിവർത്തനങ്ങളുടെ, കേശസംവിധാനങ്ങളുടെ, അലങ്കാരങ്ങളുടെ ഉപയോഗം

സൗന്ദര്യം ഒരു ആത്മനിഷ്ഠമായ അനുഭവമാണ്, എന്നാൽ അതിന്റെ നിർവചനം എക്കാലവും സംസ്കാരങ്ങളും യുഗങ്ങളും തമ്മിൽ വ്യത്യാസപ്പെട്ടിരിക്കുന്നു. പുരാതന ലോകത്ത്, ഈജിപ്ത്, ഗ്രീക്ക്, റോം, ഇന്ത്യ, മായ, അസ്ടക്ക് എന്നിവയുൾപ്പെടെയുള്ള വിവിധ നാഗരികതകൾക്ക് സൗന്ദര്യത്തിന്റെ വ്യത്യസ്ത ആദർശങ്ങളും പരിചയങ്ങളും ഉണ്ടായിരുന്നു. ഈ നാഗരികതകൾ അവരുടെ ശരീരം, മുടി, വസ്ത്രം, അലങ്കാരങ്ങൾ എന്നിവയെക്കുറിച്ചുള്ള ഒരു പ്രത്യേക രീതിയിൽ കരുതുന്നു. ഈ വ്യത്യസ്ത കാഴ്ചപ്പാടുകളും പ്രാധാന്യങ്ങളും സൗന്ദര്യ പ്രയോഗങ്ങളുടെയും ചടങ്ങുകളുടെയും വൈവിധ്യത്തിലേക്ക് നയിക്കുന്നു.

ഈ ലേഖനം ഈ സംസ്കാരങ്ങളിലെ സൗന്ദര്യവർദ്ധക വസ്തുക്കളുടെ, ശരീര പരിവർത്തനങ്ങളുടെ, കേശസംവിധാനങ്ങളുടെ, അലങ്കാരങ്ങളുടെ ഉപയോഗത്തെ പര്യവേക്ഷണം ചെയ്യുന്നു.

സൗന്ദര്യവർദ്ധക വസ്തുക്കൾ

പുരാതന നാഗരികതകൾ സൗന്ദര്യം പ്രോത്സാഹിപ്പിക്കുന്നതിന് വൈവിധ്യമാർന്ന സൗന്ദര്യവർദ്ധക വസ്തുക്കൾ ഉപയോഗിച്ചു. ഈജിപ്തുകാർ അവരുടെ മുഖം, കണ്ണുകൾ, ചുണ്ടുകൾ, ശരീരം എന്നിവയ്ക്ക് നിറം നൽകാൻ സഹായിക്കുന്ന വിവിധതരം പൊടികൾ, മിശ്രിതങ്ങൾ, ഉരസുകൾ എന്നിവ ഉപയോഗിച്ചു. അവർ കണ്ണുകൾക്ക് കൂടുതൽ വലുതും പ്രസന്നവുമാക്കുന്നതിന് കണ്ണെഴുത്ത് ഉപയോഗിച്ചു. ഗ്രീക്കുകാർ അവരുടെ മുഖം തിളക്കമുള്ളതാക്കുന്നതിന് ക്രീമുകൾ, ലോഷൻ എന്നിവ ഉപയോഗിച്ചു. അവർ അവരുടെ മുടിയെ ആരോഗ്യകരവും മോടിയുള്ളതുമാക്കുന്നതിന് എണ്ണകൾ, സൗന്ദര്യവർദ്ധക ഉൽപ്പന്നങ്ങൾ എന്നിവ ഉപയോഗിച്ചു. റോമക്കാർ അവരുടെ മുഖം തുല്യ നിറത്തിൽ നിലനിർത്താൻ പൊടികൾ, മിശ്രിതങ്ങൾ എന്നിവ ഉപയോഗിച്ചു. അവർ അവരുടെ മുടിയെ നിറം നൽകാൻ, വിളറിക്കാൻ അല്ലെങ്കിൽ പൊട്ടിക്കുക എന്നിവയ്ക്കായി രാസപദാർത്ഥങ്ങൾ ഉപയോഗിച്ചു.

ശരീര പരിവർത്തനങ്ങൾ

പുരാതന നാഗരികതകൾ സൗന്ദര്യം പ്രോത്സാഹിപ്പിക്കുന്നതിന് ശരീര പരിവർത്തനങ്ങളും ഉപയോഗിച്ചു. പുരാതന ഈജിപ്തുകാർ അവരുടെ ശരീരത്തെ ശുദ്ധീകരിക്കാനും തിളക്കമുള്ളതാക്കാനും സഹായിക്കുന്നതിന് ചൂടുവെള്ളം, സോപ്പ്, എണ്

സൗന്ദര്യവും മതവിശ്വാസങ്ങളും, സാമൂഹിക നിലയും, സാംസ്കാരിക അസ്തിതയും തമ്മിലുള്ള ബന്ധം

സൗന്ദര്യം ഒരു ആത്മനിഷ്ഠമായ അനുഭവമാണ്, എന്നാൽ അതിന്റെ നിർവചനം എക്കാലവും സംസ്കാരങ്ങളും യുഗങ്ങളും തമ്മിൽ വ്യത്യാസപ്പെട്ടിരിക്കുന്നു. ഈ വൈവിധ്യങ്ങൾ പല ഘടകങ്ങളാൽ സ്വാധീനിക്കപ്പെടുന്നു, അവയിൽ മതവിശ്വാസങ്ങളും, സാമൂഹിക നിലയും, സാംസ്കാരിക അസ്തിതയും ഉൾപ്പെടുന്നു.

മതവിശ്വാസങ്ങൾ

മതവിശ്വാസങ്ങൾ സൗന്ദര്യത്തെക്കുറിച്ചുള്ള ആശയങ്ങളെ രൂപപ്പെടുത്തുന്നതിൽ ഒരു പ്രധാന പങ്ക് വഹിക്കുന്നു. പല മതങ്ങളും സൗന്ദര്യത്തെ ദൈവികമായതിന്റെയും പവിത്രതയുടെയും ഒരു പ്രതിഫലനമായി കണക്കാക്കുന്നു. ഉദാഹരണത്തിന്, ക്രിസ്തുമതത്തിൽ, സൗന്ദര്യം പലപ്പോഴും ദൈവത്തിന്റെ സ്നേഹത്തിന്റെയും കരുണയുടെയും ഒരു പ്രകടനമായി കണക്കാക്കപ്പെടുന്നു. ഇസ്ലാമിൽ, സൗന്ദര്യം പലപ്പോഴും ദൈവത്തിന്റെ സൃഷ്ടിയെ അനുകരിക്കുന്നതിനുള്ള ഒരു മാർഗമായി കണക്കാക്കപ്പെടുന്നു.

മതവിശ്വാസങ്ങൾ സൗന്ദര്യത്തിന്റെ ആദർശങ്ങളെയും സ്വാധീനിച്ചേക്കാം. ഉദാഹരണത്തിന്, ഹിന്ദുമതത്തിൽ, സൗന്ദര്യം

പലപ്പോഴും സമൃദ്ധിയുടെയും ഐശ്വര്യത്തിന്റെയും ഒരു അടയാളമായി കണക്കാക്കപ്പെടുന്നു. അതിനാൽ, ഹിന്ദു സമൂഹത്തിൽ, സമ്പന്നരായവരും അധികാരികളും സാധാരണയായി സൗന്ദര്യത്തിന്റെ ഉയർന്ന ആദർശങ്ങളുമായി ബന്ധപ്പെടുത്തപ്പെടുന്നു.

സാമൂഹിക നില

സാമൂഹിക നിലയും സൗന്ദര്യ ആദർശങ്ങളെ സ്വാധീനിക്കുന്നു. സമൂഹത്തിൽ ഉയർന്ന സ്ഥാനം ഉള്ളവർ പലപ്പോഴും സൗന്ദര്യത്തിന്റെ ഉയർന്ന ആദർശങ്ങളുമായി ബന്ധപ്പെടുത്തപ്പെടുന്നു. ഇത് പലപ്പോഴും സാമ്പത്തിക ഭദ്രത, വിദ്യാഭ്യാസം, അല്ലെങ്കിൽ മറ്റ് സാമൂഹിക ഘടകങ്ങളുമായി ബന്ധപ്പെട്ടിരിക്കുന്നു. ഉദാഹരണത്തിന്, പല സമൂഹങ്ങളിലും, സമ്പന്നരായവർ സാധാരണയായി സൗന്ദര്യത്തിന്റെ ഉയർന്ന ആദർശങ്ങളുമായി ബന്ധപ്പെടുത്തപ്പെടുന്നു.

സാംസ്കാരിക അസ്മിത

സാംസ്കാരിക അസ്മിതയും സൗന്ദര്യ ആദർശങ്ങളെ സ്വാധീനിക്കുന്നു. ഓരോ സംസ്കാരത്തിനും അതിന്റേതായ സൗന്ദര്യ മാനദണ്ഡങ്ങളുണ്ട്. ഈ മാനദണ്ഡങ്ങൾ ചരിത്രം, ഭൂമിശാസ്ത്രം, മതം, ഭാഷ, മറ്റ് ഘടകങ്ങൾ എന്നിവയെ ആശ്രയിച്ചിരിക്കുന്നു. ഉദാഹരണത്തിന്, പാശ്ചാത്യ സംസ്കാരങ്ങളിൽ,

നീണ്ട, ഗ്രേസ്ഫുൾ മുടി സൗന്ദര്യത്തിന്റെ ഒരു പ്രധാന അടയാളമായി കണക്കാക്കപ്പെടുന്നു. എന്നിരുന്നാലും, ഏഷ്യൻ സംസ്കാരങ്ങളിൽ, ചെറിയ മുടി പലപ്പോഴും സൗന്ദര്യത്തിന്റെ ഒരു പ്രധാന അടയാളമായി കണക്കാക്കപ്പെടുന്നു.

Chapter 3: Global Perspectives: A Mosaic of Beauty Standards

അദ്ധ്യായം 3: ആഗോള കാഴ്ചപ്പാടുകൾ: സൗന്ദര്യ നിലവാരങ്ങളുടെ ഒരു മൊസൈക്ക്

ആഫ്രിക്ക, ഏഷ്യ, ഓസ്ട്രേലിയ & പസഫിക് ദ്വീപസമൂഹങ്ങൾ, യൂറോപ്പ് എന്നിവിടങ്ങളിലെ വൈവിധ്യമാർന്ന സൗന്ദര്യ ആദർശങ്ങൾ

സൗന്ദര്യം ഒരു ആത്മനിഷ്ഠമായ അനുഭവമാണ്, എന്നാൽ അതിന്റെ നിർവചനം എക്കാലവും സംസ്കാരങ്ങളും യുഗങ്ങളും തമ്മിൽ വ്യത്യാസപ്പെട്ടിരിക്കുന്നു. ലോകമെമ്പാടും, ആളുകൾ തങ്ങളുടെ ശരീരം, മുടി, വസ്ത്രം, അലങ്കാരങ്ങൾ എന്നിവയെക്കുറിച്ചുള്ള ഒരു പ്രത്യേക രീതിയിൽ കരുതുന്നു. ഈ വ്യത്യസ്ത കാഴ്ചപ്പാടുകളും പ്രാധാന്യങ്ങളും സൗന്ദര്യ പ്രയോഗങ്ങളുടെയും ചടങ്ങുകളുടെയും വൈവിധ്യത്തിലേക്ക് നയിക്കുന്നു.

ഈ ലേഖനം ആഫ്രിക്ക, ഏഷ്യ, ഓസ്ട്രേലിയ & പസഫിക് ദ്വീപസമൂഹങ്ങൾ, യൂറോപ്പ് എന്നിവിടങ്ങളിലെ വൈവിധ്യമാർന്ന സൗന്ദര്യ ആദർശങ്ങളെ പര്യവേക്ഷണം ചെയ്യുന്നു.

ആഫ്രിക്ക

ആഫ്രിക്ക ഒരു വൈവിധ്യമാർന്ന ഭൂഖണ്ഡമാണ്, അവിടെ നിരവധി വ്യത്യസ്ത സംസ്കാരങ്ങളും ഭാഷകളും നിലനിൽക്കുന്നു. ആഫ്രിക്കയിലെ സൗന്ദര്യ ആദർശങ്ങൾ ഈ വൈവിധ്യത്തെ പ്രതിഫലിപ്പിക്കുന്നു.

പല ആഫ്രിക്കൻ സംസ്കാരങ്ങളിലും, സൗന്ദര്യം പലപ്പോഴും ആരോഗ്യം, ശക്തി, സമൃദ്ധി എന്നിവയുമായി ബന്ധപ്പെട്ടിരിക്കുന്നു. ഉദാഹരണത്തിന്, യോറൂബാ സംസ്കാരത്തിൽ, സുന്ദരനായ ഒരു പുരുഷൻ ശക്തവും ആരോഗ്യകരവുമായ ശരീരവും കൂടുതൽ മുടിയും ഉള്ളവനായി കണക്കാക്കപ്പെടുന്നു.

മറ്റ് ആഫ്രിക്കൻ സംസ്കാരങ്ങളിൽ, സൗന്ദര്യം പലപ്പോഴും ആത്മീയതയുമായി ബന്ധപ്പെട്ടിരിക്കുന്നു. ഉദാഹരണത്തിന്, ബുഷ്മെൻ സംസ്കാരത്തിൽ, സുന്ദരനായ ഒരു വ്യക്തി ദൈവവുമായി കൂടുതൽ അടുത്ത ബന്ധമുള്ളവനായി കണക്കാക്കപ്പെടുന്നു.

ആഫ്രിക്കയിലെ സൗന്ദര്യ പ്രയോഗങ്ങളും വ്യത്യസ്തമാണ്. പല ആഫ്രിക്കൻ സംസ്കാരങ്ങളിലും, സ്ത്രീകൾ അവരുടെ മുടിയെ ഒരു പ്രധാന അലങ്കാരമായി കണക്കാക്കുന്നു. അവർ അവരുടെ മുടിയെ കളറിംഗ് ചെയ്യുക, മുടിത്തൂവലുകൾ ഉപയോഗിക്കുക, അല്ലെങ്കിൽ

മുടിയിൽ അലങ്കാരങ്ങൾ ചേർക്കുക എന്നിവ ചെയ്യാം.

ആഫ്രിക്കയിലെ സൗന്ദര്യ ആദർശങ്ങൾ പലപ്പോഴും പരമ്പരാഗത സംസ്കാരങ്ങളിൽ നിന്ന് വ്യത്യസ്തമാണ്. നഗരവൽക്കരണവും ആഗോളീകരണവും പാശ്ചാത്യ സൗന്ദര്യ മാനദണ്ഡങ്ങൾ ആഫ്രിക്കയിലേക്ക് പ്രവേശിക്കുന്നതിനാൽ ഇത് സംഭവിക്കുന്നു. എന്നിരുന്നാലും, പരമ്പരാഗത ആഫ്രിക്കൻ സൗന്ദര്യ ആദർശങ്ങൾ ഇപ്പോഴും നിലനിൽക്കുന്നു, അവ ആഫ്രിക്കൻ സംസ്കാരത്തിന്റെ ഒരു പ്രധാന ഘടകമാണ്.

ഏഷ്യ

ഏഷ്യ ഒരു വലിയ ഭൂഖണ്ഡമാണ്, അവിടെ നിരവധി വ്യത്യസ്ത സംസ്കാരങ്ങളും ഭാഷകളും നിലനിൽക്കുന്നു.

സാംസ്കാരിക മൂല്യങ്ങൾ, വംശീയത, പാരമ്പര്യങ്ങൾ എന്നിവ സൗന്ദര്യ ഔ◌ീലുകളെ സ്വാധീനിക്കുന്നത്

സൗന്ദര്യം ഒരു ആത്മനിഷ്ഠമായ അനുഭവമാണ്, എന്നാൽ അതിന്റെ നിർവചനം എക്കാലവും സംസ്കാരങ്ങളും യുഗങ്ങളും തമ്മിൽ വ്യത്യാസപ്പെട്ടിരിക്കുന്നു. ഈ വൈവിധ്യങ്ങൾ പല ഘടകങ്ങളാൽ സ്വാധീനിക്കപ്പെടുന്നു, അവയിൽ സാംസ്കാരിക മൂല്യങ്ങൾ, വംശീയത, പാരമ്പര്യങ്ങൾ എന്നിവ ഉൾപ്പെടുന്നു.

സാംസ്കാരിക മൂല്യങ്ങൾ

സാംസ്കാരിക മൂല്യങ്ങൾ ഒരു സമൂഹത്തിന്റെ അടിസ്ഥാന തത്വങ്ങളാണ്. അവ സൗന്ദര്യത്തെക്കുറിച്ചുള്ള ആശയങ്ങളെ സ്വാധീനിക്കുന്നു, കാരണം അവ ആരോഗ്യം, ശക്തി, സമൃദ്ധി, ആത്മീയത തുടങ്ങിയ വിവിധ ഗുണങ്ങളുടെ പ്രാധാന്യത്തെക്കുറിച്ച് സൂചന നൽകുന്നു.

ഉദാഹരണത്തിന്, പല ഏഷ്യൻ സംസ്കാരങ്ങളിലും, സൗന്ദര്യം പലപ്പോഴും ആരോഗ്യം, ശക്തി എന്നിവയുമായി ബന്ധപ്പെട്ടിരിക്കുന്നു. ഇത് കാരണം, ഈ ഗുണങ്ങൾ സമൂഹത്തിൽ വിജയകരനാകാനും സന്തോഷകരമായ ജീവിതം നയിക്കാനും ആവശ്യമാണെന്ന് വിശ്വസിക്കപ്പെടുന്നു.

വംശീയത

വംശീയത ഒരു വ്യക്തിയുടെ ശാരീരിക സവിശേഷതകളെ അടിസ്ഥാനമാക്കിയുള്ള ഒരു ഗ്രൂപ്പ് അംഗത്വമാണ്. ഇത് സൗന്ദര്യത്തെക്കുറിച്ചുള്ള ആശയങ്ങളെ സ്വാധീനിക്കുന്നു, കാരണം വ്യത്യസ്ത വംശീയ വിഭാഗങ്ങൾക്ക് വ്യത്യസ്ത സൗന്ദര്യ മാനദണ്ഡങ്ങളുണ്ട്.

ഉദാഹരണത്തിന്, പല പാശ്ചാത്യ സംസ്കാരങ്ങളിലും, സൗന്ദര്യം പലപ്പോഴും നീണ്ട, ഗ്രേസ്ഫുൾ മുടിയുമായി ബന്ധപ്പെട്ടിരിക്കുന്നു. എന്നിരുന്നാലും, ഏഷ്യൻ സംസ്കാരങ്ങളിൽ, ചെറിയ മുടി പലപ്പോഴും സൗന്ദര്യത്തിന്റെ ഒരു പ്രധാന അടയാളമായി കണക്കാക്കപ്പെടുന്നു.

പാരമ്പര്യങ്ങൾ

പാരമ്പര്യങ്ങൾ ഒരു സമൂഹത്തിന്റെ ചരിത്രവും സംസ്കാരവും പ്രതിഫലിപ്പിക്കുന്നു. അവ സൗന്ദര്യത്തെക്കുറിച്ചുള്ള ആശയങ്ങളെ സ്വാധീനിക്കുന്നു, കാരണം അവ ചില പ്രത്യേക സൗന്ദര്യ പ്രയോഗങ്ങളോ ചടങ്ങുകളോ പ്രോത്സാഹിപ്പിച്ചേക്കാം.

ഉദാഹരണത്തിന്, പല ആഫ്രിക്കൻ സംസ്കാരങ്ങളിലും, സ്ത്രീകൾ അവരുടെ മുടിയെ ഒരു പ്രധാന അലങ്കാരമായി കണക്കാക്കുന്നു. അവർ അവരുടെ മുടിയെ കളറിംഗ് ചെയ്യുക,

മുടിത്തൂവലുകൾ ഉപയോഗിക്കുക, അല്ലെങ്കിൽ മുടിയിൽ അലങ്കാരങ്ങൾ ചേർക്കുക എന്നിവ ചെയ്യാം. ഈ പാരമ്പര്യം പലപ്പോഴും പുരാതന ആഫ്രിക്കൻ സംസ്കാരങ്ങളിൽ നിന്ന് ഉരുത്തിരിഞ്ഞതാണ്.

സാംസ്കാരിക മൂല്യങ്ങൾ, വംശീയത, പാരമ്പര്യങ്ങൾ എന്നിവ സൗന്ദര്യ ഔചീലുകളെ സ്വാധീനിക്കുന്നതിനുള്ള നിരവധി മാർഗങ്ങളുണ്ട്. ഈ ഘടകങ്ങൾ സൗന്ദര്യത്തെക്കുറിച്ചുള്ള ആശയങ്ങൾ എങ്ങനെ രൂപപ്പെടുന്നുവെന്ന് മനസ്സിലാക്കുന്നത് പ്രധാനമാണ്, കാരണം ഇത് സൗന്ദര്യ

ശരീര കല, ചുടല, അലങ്കാരം, ഫാഷൻ എന്നിവ സാംസ്കാരിക സൗന്ദര്യ നിലവാരങ്ങളെ രൂപീകരിക്കുന്നതിലുള്ള പങ്ക്

സൗന്ദര്യം ഒരു ആത്മനിഷ്ഠമായ അനുഭവമാണ്, എന്നാൽ അതിന്റെ നിർവചനം എക്കാലവും സംസ്കാരങ്ങളും യുഗങ്ങളും തമ്മിൽ വ്യത്യാസപ്പെട്ടിരിക്കുന്നു. ഈ വൈവിധ്യങ്ങൾ പല ഘടകങ്ങളാൽ സ്വാധീനിക്കപ്പെടുന്നു, അവയിൽ ശരീര കല, ചുടല, അലങ്കാരം, ഫാഷൻ എന്നിവ ഉൾപ്പെടുന്നു. ഈ ഘടകങ്ങൾ സാംസ്കാരിക സൗന്ദര്യ നിലവാരങ്ങളെ രൂപീകരിക്കുന്നതിനുള്ള നിരവധി മാർഗങ്ങളുണ്ട്.

ശരീര കല

ശരീര കല എന്നത് ശരീരത്തിന്റെ സൗന്ദര്യത്തെ പ്രകടിപ്പിക്കുന്നതിനുള്ള ഒരു മാർഗമാണ്. ഇതിൽ ടാറ്റൂ, പിർസിംഗ്, മറ്റ് ശരീര പരിഷ്കരണങ്ങൾ എന്നിവ ഉൾപ്പെടുന്നു. ശരീര കല സാംസ്കാരിക സൗന്ദര്യ നിലവാരങ്ങളെ രൂപീകരിക്കുന്നതിന് നിരവധി മാർഗങ്ങളുണ്ട്.

ആദ്യം, ശരീര കല ഒരു സാമൂഹിക ഐഡന്റിറ്റിയുടെ പ്രകടനമായി ഉപയോഗിക്കാം. ഉദാഹരണത്തിന്, പല ഗോത്ര സംസ്കാരങ്ങളിലും, ടാറ്റൂകൾ ഒരു പ്രത്യേക ഗ്രൂപ്പിനെ അല്ലെങ്കിൽ സമൂഹത്തെ പ്രതിനിധീകരിക്കുന്നു.

രണ്ടാമതായി, ശരീര കല ഒരു സൗന്ദര്യ മാനദണ്ഡമായി ഉപയോഗിക്കാം. ഉദാഹരണത്തിന്, പല പാശ്ചാത്യ സംസ്കാരങ്ങളിലും, ടാറ്റൂകൾ പലപ്പോഴും ആകർഷകവും സുന്ദരവുമായി കണക്കാക്കപ്പെടുന്നു.

ചുടല

ചുടല എന്നത് ശരീരത്തിന്റെ നിറത്തെ പ്രകടിപ്പിക്കുന്നതിനുള്ള ഒരു മാർഗമാണ്. ഇത് സാംസ്കാരിക സൗന്ദര്യ നിലവാരങ്ങളെ രൂപീകരിക്കുന്നതിന് നിരവധി മാർഗങ്ങളുണ്ട്.

ആദ്യം, ചുടല ഒരു സാമൂഹിക ഐഡന്റിറ്റിയുടെ പ്രകടനമായി ഉപയോഗിക്കാം. ഉദാഹരണത്തിന്, പല ആഫ്രിക്കൻ സംസ്കാരങ്ങളിലും, ചുടല ഒരു പ്രത്യേക ഗ്രൂപ്പിനെ അല്ലെങ്കിൽ സമൂഹത്തെ പ്രതിനിധീകരിക്കുന്നു.

രണ്ടാമതായി, ചുടല ഒരു സൗന്ദര്യ മാനദണ്ഡമായി ഉപയോഗിക്കാം. ഉദാഹരണത്തിന്, പല ആഫ്രിക്കൻ സംസ്കാരങ്ങളിലും, ചുവന്ന ചുടല പലപ്പോഴും ആകർഷകവും സുന്ദരവുമായി കണക്കാക്കപ്പെടുന്നു.

അലങ്കാരം

അലങ്കാരം എന്നത് ശരീരത്തെ അലങ്കരിക്കുന്നതിനുള്ള ഒരു മാർഗമാണ്. ഇതിൽ ആഭരണങ്ങൾ, വസ്ത്രങ്ങൾ, മറ്റ് ആഭരണങ്ങൾ എന്നിവ ഉൾപ്പെടുന്നു. അലങ്കാരം സാംസ്കാരിക സൗന്ദര്യ നിലവാരങ്ങളെ രൂപീകരിക്കുന്നതിന് നിരവധി മാർഗങ്ങളുണ്ട്.

ആദ്യം, അലങ്കാരം ഒരു സാമൂഹിക ഐഡന്റിറ്റിയുടെ പ്രകടനമായി ഉപയോഗിക്കാം. ഉദാഹരണത്തിന്, പല ആഫ്രിക്കൻ സംസ്കാരങ്ങളിലും, സ്ത്രീകൾ അവരുടെ മുടിയെ ഒരു പ്രധാന അലങ്കാരമായി കണക്കാക്കുന്നു.

Chapter 4: The Shifting Sands of Trends: Beauty's Dance with Time

അദ്ധ്യായം 4: മാറുന്ന മണൽച്ചാലുകൾ: കാലത്തിന്റെ നൃത്തത്തിൽ സൗന്ദര്യം

പുരാതന കാലം മുതൽ ആധുനിക യുഗം വരെ സൗന്ദര്യ പ്രവണതകളുടെ പരിണാമം

സൗന്ദര്യം ഒരു ആത്മനിഷ്ഠമായ അനുഭവമാണ്, എന്നാൽ അതിന്റെ നിർവചനം എക്കാലവും സംസ്കാരങ്ങളും യുഗങ്ങളും തമ്മിൽ വ്യത്യാസപ്പെട്ടിരിക്കുന്നു. പുരാതന കാലം മുതൽ ആധുനിക യുഗം വരെ, സൗന്ദര്യ പ്രവണതകൾ വളരെയധികം മാറി. ഈ പരിണാമം പല ഘടകങ്ങളാൽ സ്വാധീനിക്കപ്പെട്ടിട്ടുണ്ട്, അവയിൽ സാംസ്കാരിക മൂല്യങ്ങൾ, വംശീയത, പാരമ്പര്യങ്ങൾ, സാങ്കേതികവിദ്യ എന്നിവ ഉൾപ്പെടുന്നു.

പുരാതന കാലം

പുരാതന കാലത്ത്, സൗന്ദര്യം പലപ്പോഴും ആരോഗ്യം, ശക്തി, സമൃദ്ധി എന്നിവയുമായി ബന്ധപ്പെട്ടിരിക്കുന്നു. ഉദാഹരണത്തിന്, പുരാതന ഗ്രീസിൽ, സുന്ദരനായ ഒരു പുരുഷൻ ശക്തവും ആരോഗ്യകരവുമായ ശരീരവും കൂടുതൽ മുടിയും ഉള്ളവനായി

കണക്കാക്കപ്പെടുന്നു. പുരാതന ഈജിപ്പിൽ, സുന്ദരനായ ഒരു സ്ത്രീ നീണ്ട, ഗ്രേസ്ഫുൾ മുടിയും ആരോഗ്യകരമായ ചർമ്മവും ഉള്ളവളായി കണക്കാക്കപ്പെടുന്നു.

പുരാതന കാലത്ത്, സൗന്ദര്യ പ്രവണതകൾ പലപ്പോഴും മതവിശ്വാസങ്ങളാൽ സ്വാധീനിക്കപ്പെട്ടിരുന്നു. ഉദാഹരണത്തിന്, പുരാതന ഈജിപ്പിൽ, പുരാവസ്തുക്കൾ പലപ്പോഴും സൗന്ദര്യത്തിന്റെ പ്രതീകങ്ങളായി ഉപയോഗിച്ചിരുന്നു.

മധ്യകാലം

മധ്യകാലത്ത്, സൗന്ദര്യം പലപ്പോഴും ദൈവികതയുമായി ബന്ധപ്പെട്ടിരിക്കുന്നു. ഉദാഹരണത്തിന്, മധ്യകാല യൂറോപ്പിൽ, സുന്ദരമായ ഒരു വ്യക്തി ദൈവവുമായി കൂടുതൽ അടുത്ത ബന്ധമുള്ളവനായി കണക്കാക്കപ്പെടുന്നു.

മധ്യകാലത്ത്, സൗന്ദര്യ പ്രവണതകൾ പലപ്പോഴും സാമൂഹിക വ്യവസ്ഥയുമായി ബന്ധപ്പെട്ടിരുന്നു. ഉദാഹരണത്തിന്, മധ്യകാല യൂറോപ്പിൽ, സുന്ദരമായ ഒരു വ്യക്തി സമ്പന്നനും ശക്തനുമായവനായി കണക്കാക്കപ്പെടുന്നു.

ആധുനിക യുഗം

ആധുനിക യുഗത്തിൽ, സൗന്ദര്യം പലപ്പോഴും വ്യക്തിഗത മുൻഗണനകളുമായി ബന്ധപ്പെട്ടിരിക്കുന്നു. ഉദാഹരണത്തിന്, ആധുനിക ലോകത്ത്, സുന്ദരമായ ഒരു വ്യക്തി ആരോഗ്യകരവും സന്തോഷകരവുമായവനായി കണക്കാക്കപ്പെടുന്നു.

ആധുനിക യുഗത്തിൽ, സൗന്ദര്യ പ്രവണതകൾ പലപ്പോഴും മാധ്യമങ്ങളാൽ സ്വാധീനിക്കപ്പെടുന്നു. ഉദാഹരണത്തിന്, ആധുനിക ലോകത്ത്, സുന്ദരമായ ഒരു വ്യക്തി മീഡിയയിൽ പ്രതിനിധീകരിക്കപ്പെടുന്നതുപോലെയുള്ളവനായി കണക്കാക്കപ്പെടുന്നു.

സൗന്ദര്യ പ്രവണതകളുടെ പരിണാമത്തിന്റെ പ്രധാന ഘട്ടങ്ങൾ

പുരാതന കാലം മുതൽ ആധുനിക യുഗം വരെ, സൗന്ദര്യ പ്രവണതകൾ വളരെയധികം മാറി.

സമകാലിക സൗന്ദര്യ ആദർശങ്ങളെ രൂപീകരിക്കുന്നതിൽ മീഡിയ, ഫാഷൻ, പരസ്യങ്ങൾ എന്നിവയുടെ സ്വാധീനം

സൗന്ദര്യം ഒരു ആത്മനിഷ്ഠമായ അനുഭവമാണ്, എന്നാൽ അതിന്റെ നിർവചനം എക്കാലവും സംസ്കാരങ്ങളും യുഗങ്ങളും തമ്മിൽ വ്യത്യാസപ്പെട്ടിരിക്കുന്നു. സമകാലിക ലോകത്ത്, മീഡിയ, ഫാഷൻ, പരസ്യങ്ങൾ എന്നിവ സൗന്ദര്യ ആദർശങ്ങളെ രൂപീകരിക്കുന്നതിൽ ഒരു പ്രധാന പങ്ക് വഹിക്കുന്നു.

മീഡിയയുടെ സ്വാധീനം

മീഡിയ, പ്രത്യേകിച്ച് ടെലിവിഷൻ, സിനിമ, ഫോട്ടോഗ്രാഫി എന്നിവ, സൗന്ദര്യത്തെക്കുറിച്ചുള്ള ആശയങ്ങളെ രൂപപ്പെടുത്തുന്നതിൽ ഒരു പ്രധാന പങ്ക് വഹിക്കുന്നു. മീഡിയ സൗന്ദര്യത്തിന്റെ ഒരു പ്രത്യേക മാനദണ്ഡത്തെ പ്രോത്സാഹിപ്പിക്കുന്നു, അതിൽ ഇവ ഉൾപ്പെടുന്നു:

- നീണ്ട, ഗ്രേസ്ഫുൾ മുടി
- ആരോഗ്യകരവും ടോൺ ചെയ്യതുമായ ചർമ്മം
- മെലിഞ്ഞ ശരീരം
- മുഖത്ത് സർഗ്ഗാത്മകമായ ടാറ്റൂകൾ

ഈ മാനദണ്ഡങ്ങൾ പലപ്പോഴും പാശ്ചാത്യ സൗന്ദര്യ ആദർശങ്ങളുമായി പൊരുത്തപ്പെടുന്നു, അവ ആഗോള സമൂഹത്തിലെ ആളുകളെ സ്വാധീനിക്കുന്നു. ഉദാഹരണത്തിന്, ടെലിവിഷൻ ഷോകളും സിനിമകളും പലപ്പോഴും വെളുത്ത, നീണ്ട മുടിയുള്ള സ്ത്രീകളെ പ്രധാന കഥാപാത്രങ്ങളായി അവതരിപ്പിക്കുന്നു. ഇത് ആഫ്രിക്കൻ അമേരിക്കൻ, ലാറ്റിനോ അമേരിക്കൻ, ഏഷ്യൻ-അമേരിക്കൻ സ്ത്രീകളെപ്പോലുള്ള വംശീയ ന്യൂനപക്ഷങ്ങളിൽ സൗന്ദര്യത്തെക്കുറിച്ചുള്ള ആശയങ്ങളെ സ്വാധീനിച്ചേക്കാം.

ഫാഷന്റെ സ്വാധീനം

ഫാഷൻ സൗന്ദര്യത്തെക്കുറിച്ചുള്ള ആശയങ്ങളെ രൂപപ്പെടുത്തുന്നതിൽ മറ്റൊരു പ്രധാന ഘടകമാണ്. ഫാഷൻ ഡിസൈനർമാർ പലപ്പോഴും പ്രത്യേക ശരീര ആകൃതികളും രൂപങ്ങളും ഉള്ള മോഡലുകൾ ഉപയോഗിക്കുന്നു. ഇത് ആളുകൾക്ക് അവരുടെ ശരീരത്തെക്കുറിച്ച് അസ്വസ്ഥതയുണ്ടാക്കുന്നു, അവരുടെ ശരീരത്തെ ഫാഷൻ വ്യവസായം പ്രോത്സാഹിപ്പിക്കുന്ന മാനദണ്ഡങ്ങൾക്കനുസരിച്ച് കൊണ്ടുവരേണ്ടതിന്റെ ആവശ്യകതയെക്കുറിച്ച് അവരെ ബോധവൽക്കരിക്കുന്നു.

പരസ്യങ്ങളുടെ സ്വാധീനം

പരസ്യങ്ങൾ സൗന്ദര്യത്തെക്കുറിച്ചുള്ള ആശയങ്ങളെ രൂപപ്പെടുത്തുന്നതിൽ മറ്റൊരു പ്രധാന ഘടകമാണ്. പരസ്യങ്ങൾ പലപ്പോഴും സൗന്ദര്യ ഉൽപ്പന്നങ്ങളും സേവനങ്ങളും ഉപയോഗിക്കുന്നത് സന്തോഷം, വിജയം, സ്നേഹം എന്നിവ പോലുള്ള അഭിലഷണീയമായ ഫലങ്ങൾ നൽകുമെന്ന് ആളുകൾക്ക് സമ്മാനിക്കുന്നു. ഇത് ആളുകൾക്ക് അവരുടെ ശരീരത്തെയും സൗന്ദര്യത്തെയുംക്കുറിച്ച് അസ്വസ്ഥതയുണ്ടാക്കുന്നു, അവരുടെ ശരീരത്തെ

സോഷ്യൽ മീഡിയയയും ഇൻഫ്ലുവൻസർ സംസ്കാരവും ഉയർന്നുവരുന്നതും അവ സൗന്ദര്യ അവബോധത്തെ സ്വാധീനിക്കുന്നതും ചർച്ച ചെയ്യുന്നു

സൗന്ദര്യം ഒരു ആത്മനിഷ്ടമായ അനുഭവമാണ്, എന്നാൽ അതിന്റെ നിർവചനം എക്കാലവും സംസ്കാരങ്ങളും യുഗങ്ങളും തമ്മിൽ വ്യത്യാസപ്പെട്ടിരിക്കുന്നു. സമകാലിക ലോകത്ത്, സോഷ്യൽ മീഡിയയയും ഇൻഫ്ലുവൻസർ സംസ്കാരവും ഉയർന്നുവരുന്നത് സൗന്ദര്യ അവബോധത്തെ സാരമായി സ്വാധീനിക്കുന്നു.

സോഷ്യൽ മീഡിയയയുടെ സ്വാധീനം

സോഷ്യൽ മീഡിയ ആളുകൾക്ക് പരസ്പരം ബന്ധപ്പെടാനും പങ്കിടാനും ഒരു പുതിയ മാർഗം നൽകിയിട്ടുണ്ട്. ഈ പ്ലാറ്റ്ഫോമുകളിൽ, ആളുകൾ അവരുടെ ജീവിതത്തിന്റെ എല്ലാ വശങ്ങളും പങ്കിടുന്നു, അതിൽ അവരുടെ ശരീരവും സൗന്ദര്യവും ഉൾപ്പെടുന്നു.

സോഷ്യൽ മീഡിയയയിൽ, ആളുകൾ പലപ്പോഴും ഫിൽട്ടറുകൾ, എഡിറ്റിംഗ് സോഫ്റ്റ്‌വെയറുകൾ എന്നിവ ഉപയോഗിച്ച് അവരുടെ ചിത്രങ്ങളും വീഡിയോകളും മെച്ചപ്പെടുത്തുന്നു. ഇത് ആളുകൾക്ക് അവരുടെ യഥാർത്ഥ ശരീരത്തേക്കാൾ മികച്ചതായി തോന്നുന്നു, ഇത്

സൗന്ദര്യത്തെക്കുറിച്ചുള്ള അമിതമായ പ്രതീക്ഷകളിലേക്ക് നയിച്ചേക്കാം.

സോഷ്യൽ മീഡിയയിൽ, ആളുകൾ പലപ്പോഴും അമിതമായി ശുചിത്വമുള്ളതും മികച്ചതുമായ ജീവിതശൈലി പ്രദർശിപ്പിക്കുന്നു. ഇത് ആളുകൾക്ക് അവരുടെ സ്വന്തം ജീവിതം മോശമാണെന്ന് തോന്നുന്നു, ഇത് സൗന്ദര്യത്തെക്കുറിച്ചുള്ള അസ്വസ്ഥതയിലേക്ക് നയിച്ചേക്കാം.

ഇൻഫ്ലുവൻസർ സംസ്കാരത്തിന്റെ സ്വാധീനം

ഇൻഫ്ലുവൻസർമാർ സോഷ്യൽ മീഡിയയിൽ വലിയ അനുയായികളുള്ള വ്യക്തികളാണ്. അവർ അവരുടെ അനുയായികളെ അവരുടെ ഉൽപ്പന്നങ്ങളും സേവനങ്ങളും വാങ്ങാനും സ്വീകരിക്കാനും പ്രോത്സാഹിപ്പിക്കുന്നു.

സൗന്ദര്യത്തെക്കുറിച്ചുള്ള ഇൻഫ്ലുവൻസർ പരസ്യങ്ങൾ സൗന്ദര്യത്തിന്റെ ഒരു പ്രത്യേക മാനദണ്ഡത്തെ പ്രോത്സാഹിപ്പിക്കുന്നു, അതിൽ ഇവ ഉൾപ്പെടുന്നു:

- നീണ്ട, ഗ്രേസ്ഫുൾ മുടി
- ആരോഗ്യകരവും ടോൺ ചെയ്തതുമായ ചർമ്മം
- മെലിഞ്ഞ ശരീരം
- സർഗ്ഗാത്മകമായ ടാറ്റൂകൾ

ഈ മാനദണ്ഡങ്ങൾ പലപ്പോഴും പാശ്ചാത്യ സൗന്ദര്യ ആദർശങ്ങളുമായി പൊരുത്തപ്പെടുന്നു, അവ ആഗോള സമൂഹത്തിലെ ആളുകളെ സ്വാധീനിക്കുന്നു.

സോഷ്യൽ മീഡിയയും ഇൻഫ്ലുവൻസർ സംസ്കാരവും സൗന്ദര്യ അവബോധത്തെ സ്വാധീനിക്കുന്നതിന്റെ ഫലങ്ങൾ

സോഷ്യൽ മീഡിയയും ഇൻഫ്ലുവൻസർ സംസ്കാരവും സൗന്ദര്യ അവബോധത്തെ സാരമായി സ്വാധീനിച്ചിട്ടുണ്ട്. ഈ ഘടകങ്ങൾ സൗന്ദര്യത്തെക്കുറിച്ചുള്ള അമിതമായ പ്രതീക്ഷകളിലേക്കും അസ്വസ്ഥതയിലേക്കും നയിച്ചേക്കാം.

Chapter 5: Beyond the Surface: The Journey to Inner Beauty

അദ്ധ്യായം 5: ഉപരിതലത്തിനപ്പുറം: ആന്തരിക സൗന്ദര്യത്തിലേക്കുള്ള യാത്ര

ശാരീരിക രൂപത്തെ കടന്ന് ആന്തരിക സൗന്ദര്യത്തിന്റെ ആശയവും അത് നല്ല ആരോഗ്യവുമായുള്ള ബന്ധവും പര്യവേക്ഷണം ചെയ്യുന്നു

സൗന്ദര്യം ഒരു ആത്മനിഷ്ടമായ അനുഭവമാണ്. ചിലർക്ക്, സൗന്ദര്യം ശാരീരിക രൂപവുമായി ബന്ധപ്പെട്ടിരിക്കുന്നു. മറ്റുള്ളവർക്ക്, അത് വ്യക്തിത്വം, ധാർമ്മികത അല്ലെങ്കിൽ മറ്റ് ആന്തരിക ഗുണങ്ങളുമായി ബന്ധപ്പെട്ടിരിക്കുന്നു.

ശാരീരിക രൂപത്തിന് പുറത്തുള്ള സൗന്ദര്യം

ശാരീരിക രൂപം സൗന്ദര്യത്തിന്റെ ഒരു ഘടകമാണെങ്കിലും, അത് ഒരേയൊരു ഘടകമല്ല. ആത്മാർത്ഥത, മനസ്സിന്റെ സമാധാനം, സഹാനുഭൂതി തുടങ്ങിയ ആന്തരിക ഗുണങ്ങളും സൗന്ദര്യത്തെ നിർവചിക്കുന്നു.

ആന്തരിക സൗന്ദര്യം ഒരു വ്യക്തിയെ കൂടുതൽ ആകർഷകവും ആകർഷകവുമാക്കുന്നു. ഇത്

അവരെ മറ്റുള്ളവരെ കൂടുതൽ ആകർഷിക്കാൻ അനുവദിക്കുന്നു, കൂടാതെ അവരുടെ ജീവിതത്തിൽ കൂടുതൽ സന്തോഷവും സംതൃപ്തിയും കണ്ടെത്താൻ സഹായിക്കുന്നു.

ആന്തരിക സൗന്ദര്യവും നല്ല ആരോഗ്യവും തമ്മിലുള്ള ബന്ധം

ആന്തരിക സൗന്ദര്യവും നല്ല ആരോഗ്യവും തമ്മിൽ അടുത്ത ബന്ധമുണ്ട്. ആരോഗ്യമുള്ള ശരീരം ആത്മവിശ്വാസവും സന്തോഷവും നൽകുന്നു, ഇത് ആന്തരിക സൗന്ദര്യത്തിന്റെ വികാസത്തിന് പ്രധാനമാണ്.

ആരോഗ്യകരമായ ജീവിതശൈലി ആന്തരിക സൗന്ദര്യം വർദ്ധിപ്പിക്കാൻ സഹായിക്കും. ഇതിൽ ആരോഗ്യകരമായ ഭക്ഷണക്രമം, പതിവ് വ്യായാമം, മതിയായ ഉറക്കം എന്നിവ ഉൾപ്പെടുന്നു.

ആന്തരിക സൗന്ദര്യം വളർത്തിയെടുക്കുന്നതിനുള്ള വഴികൾ

ആന്തരിക സൗന്ദര്യം വളർത്തിയെടുക്കുന്നതിനായി നിങ്ങൾക്ക് ചെയ്യാൻ കഴിയുന്ന നിരവധി കാര്യങ്ങളുണ്ട്:

• നിങ്ങളുടെ ശരീരത്തെ സ്നേഹിക്കുക. നിങ്ങളുടെ ശരീരത്തിന്റെ

എല്ലാ ഭാഗങ്ങളെയും അംഗീകരിക്കുകയും ആദരിക്കുകയും ചെയ്യുക.

- നിങ്ങളുടെ കഴിവുകളിലും നേട്ടങ്ങളിലും ശ്രദ്ധ കേന്ദ്രീകരിക്കുക. നിങ്ങളുടെ ശക്തികളെക്കുറിച്ച് ചിന്തിക്കുകയും അവയെ വികസിപ്പിക്കുന്നതിന് പ്രവർത്തിക്കുകയും ചെയ്യുക.

- മറ്റുള്ളവരോടും നിങ്ങളുടെ സമൂഹത്തോടും കരുതൽ കാണിക്കുക. മറ്റുള്ളവരെ സഹായിക്കാനും നിങ്ങളുടെ സമൂഹത്തിലേക്ക് സംഭാവന ചെയ്യാനും സമയം ചെലവഴിക്കുക.

- നിങ്ങളുടെ ആത്മീയതയെ പരിപാലിക്കുക. നിങ്ങൾ വിശ്വസിക്കുന്നതിൽ അർത്ഥവും ഉദ്ദേശ്യവും കണ്ടെത്തുക.

ആന്തരിക സൗന്ദര്യം ഒരു സമ്പൂർണ്ണവും സമഗ്രവുമായ ആശയമാണ്. ഇത് ശാരീരിക രൂപത്തേക്കാൾ വളരെ കൂടുതലാണ്, അത് നല്ല ആരോഗ്യവുമായി അടുത്ത ബന്ധമുണ്ട്.

ശരീര ചിത്രവും സ്വയം ധാരണയും മാനസികാരോഗ്യത്തിലും സ്വയം വിലയിരുത്തലിലും ചെലുത്തുന്ന സ്വാധീനം ചർച്ച ചെയ്യുന്നു

ശരീര ചിത്രം എന്നത് ഒരു വ്യക്തി തന്റെ ശരീരത്തെക്കുറിച്ചുള്ള അവരുടെ വികാരങ്ങളും വിശ്വാസങ്ങളും ആണ്. ഇത് ഒരു വ്യക്തിയുടെ സ്വയം ധാരണയെയും മാനസികാരോഗ്യത്തെയും സ്വാധീനിക്കുന്ന ഒരു പ്രധാന ഘടകമാണ്.

ശരീര ചിത്രവും മാനസികാരോഗ്യവും തമ്മിലുള്ള ബന്ധം

ശരീര ചിത്രം മാനസികാരോഗ്യത്തെ സ്വാധീനിക്കുന്ന നിരവധി വഴികളുണ്ട്. താഴെ ചില ഉദാഹരണങ്ങളുണ്ട്:

- ഡിപ്രഷൻ, ആത്മഹത്യാ ചിന്തകൾ, ഭക്ഷണാവസ്ഥകൾ തുടങ്ങിയ മാനസികാരോഗ്യ പ്രശ്നങ്ങൾക്ക് ശരീര ചിത്രം അപകടസാധ്യത വർദ്ധിപ്പിക്കുന്നു.

- ശരീര ചിത്ര പ്രശ്നങ്ങളുള്ള ആളുകൾക്ക് അമിതഭക്ഷണം, ഭക്ഷണം കഴിക്കാതെ നിൽക്കൽ, അമിത വ്യായാമം തുടങ്ങിയ സ്വയം-ഹാനികരമായ പെരുമാറ്റങ്ങളിൽ ഏർപ്പെടാനുള്ള സാധ്യത കൂടുതലാണ്.

- ശരീര ചിത്ര പ്രശ്നങ്ങളുള്ള ആളുകൾക്ക് ലൈംഗികതയിൽ ഏർപ്പെടാനും ബന്ധങ്ങൾ നിലനിർത്താനും ബുദ്ധിമുട്ടാകും.

ശരീര ചിത്രവും സ്വയം വിലയിരുത്തലും തമ്മിലുള്ള ബന്ധം

ശരീര ചിത്രം ഒരു വ്യക്തിയുടെ സ്വയം വിലയിരുത്തലിനെയും സ്വാധീനിക്കുന്നു. തങ്ങളുടെ ശരീരത്തെക്കുറിച്ച് അസംതൃപ്തരായ ആളുകൾ പലപ്പോഴും അവരുടെ മൊത്തത്തിലുള്ള സ്വയം വിലയിരുത്തൽ കുറവായിരിക്കും. ഇത് അവരുടെ ജീവിതത്തിന്റെ മറ്റ് മേഖലകളിൽ നെഗറ്റീവ് സ്വാധീനം ചെലുത്തും.

ശരീര ചിത്രം മെച്ചപ്പെടുത്തുന്നതിനുള്ള വഴികൾ

ശരീര ചിത്രം മെച്ചപ്പെടുത്താൻ നിരവധി കാര്യങ്ങൾ ചെയ്യാം. താഴെ ചില ഉദാഹരണങ്ങളുണ്ട്:

- നിങ്ങളുടെ ശരീരത്തെക്കുറിച്ചുള്ള നിങ്ങളുടെ വികാരങ്ങളെക്കുറിച്ച് ചിന്തിക്കുകയും സംസാരിക്കുകയും ചെയ്യുക.

- ശരീര ചിത്രത്തെക്കുറിച്ചുള്ള സാംസ്കാരിക പ്രതീക്ഷകളെക്കുറിച്ച് അറിഞ്ഞിരിക്കുക.

- നിങ്ങളുടെ ശരീരത്തിന്റെ നല്ല കാര്യങ്ങളെക്കുറിച്ച് ശ്രദ്ധ കേന്ദ്രീകരിക്കുക.

- നിങ്ങളുടെ ശരീരത്തിന്റെ പോസിറ്റീവ് ചിത്രങ്ങൾ സൃഷ്ടിക്കുക.

- നിങ്ങളുടെ ശരീരത്തെക്കുറിച്ച് മറ്റുള്ളവരിൽ നിന്ന് കൂടുതൽ പോസിറ്റീവ് പ്രതികരണങ്ങൾ നേടുക.

ശരീര ചിത്രം ഒരു സങ്കീർണ്ണമായ വിഷയമാണ്, എന്നാൽ അത് മെച്ചപ്പെടുത്താൻ നിങ്ങൾക്ക് ചെയ്യാൻ കഴിയുന്ന കാര്യങ്ങളുണ്ട്. നിങ്ങളുടെ ശരീരത്തെക്കുറിച്ചുള്ള നിങ്ങളുടെ വികാരങ്ങളെക്കുറിച്ച് ബോധവാന്മാരാകുകയും നിങ്ങളുടെ ശരീരത്തിന്റെ പോസിറ്റീവ് കാര്യങ്ങളെക്കുറിച്ച് ശ്രദ്ധ കേന്ദ്രീകരിക്കുകയും ചെയ്യുന്നത് ഒരു നല്ല തുടക്കമാണ്.

ശരീര പോസിറ്റിവിറ്റി പ്രസ്ഥാനങ്ങളുടെ ഉയർന്നുവരവും സ്വയം സ്വീകാര്യതയുടെ പ്രാധാന്യവും പര്യവേക്ഷണം ചെയ്യുന്നു

ശരീര ചിത്രം എന്നത് ഒരു വ്യക്തി തന്റെ ശരീരത്തെക്കുറിച്ചുള്ള അവരുടെ വികാരങ്ങളും വിശ്വാസങ്ങളും ആണ്. ഇത് ഒരു വ്യക്തിയുടെ സ്വയം ധാരണയെയും മാനസികാരോഗ്യത്തെയും സ്വാധീനിക്കുന്ന ഒരു പ്രധാന ഘടകമാണ്.

ശരീര ചിത്രത്തെക്കുറിച്ചുള്ള സാംസ്കാരിക പ്രതീക്ഷകൾ

ശരീര ചിത്രത്തെക്കുറിച്ചുള്ള സാംസ്കാരിക പ്രതീക്ഷകൾ വളരെ ശക്തമാണ്. പല സംസ്കാരങ്ങളിലും, മെലിഞ്ഞതും ടോൺ ചെയ്തുമായ ശരീരം സൗന്ദര്യത്തിന്റെയും ആകർഷകതയുടെയും മാനദണ്ഡമായി കണക്കാക്കപ്പെടുന്നു. ഈ പ്രതീക്ഷകൾക്ക് ശരീര ചിത്രം മോശമാകാനുള്ള സാധ്യതയുണ്ട്, പ്രത്യേകിച്ച് വ്യത്യസ്ത ശരീര ആകൃതികളോ വലുപ്പങ്ങളോ ഉള്ള ആളുകൾക്ക്.

ശരീര പോസിറ്റിവിറ്റി പ്രസ്ഥാനങ്ങൾ

ഈ സാംസ്കാരിക പ്രതീക്ഷകളെക്കുറിച്ചുള്ള അവബോധം വർദ്ധിച്ചതോടെ, ശരീര പോസിറ്റിവിറ്റി പ്രസ്ഥാനങ്ങൾ ഉയർന്നുവരുന്നു. ഈ പ്രസ്ഥാനങ്ങൾ ശരീരത്തിന്റെ എല്ലാ

ആകൃതികളും വലുപ്പങ്ങളും സ്വീകരിക്കുന്നതിനും ആഘോഷിക്കുന്നതിനുമുള്ള പ്രാധാന്യം പ്രോത്സാഹിപ്പിക്കുന്നു.

ശരീര പോസിറ്റിവിറ്റിയുടെ പ്രാധാന്യം

ശരീര പോസിറ്റിവിറ്റിക്ക് പല ഗുണങ്ങളുണ്ട്. ഇത് മാനസികാരോഗ്യം മെച്ചപ്പെടുത്താൻ, സ്വയം വിശ്വാസം വർദ്ധിപ്പിക്കാൻ, ബന്ധങ്ങൾ മെച്ചപ്പെടുത്താൻ സഹായിക്കും.

ശരീര പോസിറ്റിവിറ്റി മെച്ചപ്പെടുത്തുന്നതിനുള്ള മാർഗങ്ങൾ

ശരീര പോസിറ്റിവിറ്റി മെച്ചപ്പെടുത്താൻ നിരവധി കാര്യങ്ങൾ ചെയ്യാം. ഇതിൽ ഇവ ഉൾപ്പെടുന്നു:

- നിങ്ങളുടെ ശരീരത്തെക്കുറിച്ചുള്ള നിങ്ങളുടെ വികാരങ്ങളെക്കുറിച്ച് ചിന്തിക്കുകയും സംസാരിക്കുകയും ചെയ്യുക.
- ശരീര ചിത്രത്തെക്കുറിച്ചുള്ള സാംസ്കാരിക പ്രതീക്ഷകളെക്കുറിച്ച് അറിഞ്ഞിരിക്കുക.
- നിങ്ങളുടെ ശരീരത്തിന്റെ നല്ല കാര്യങ്ങളെക്കുറിച്ച് ശ്രദ്ധ കേന്ദ്രീകരിക്കുക.
- നിങ്ങളുടെ ശരീരത്തിന്റെ പോസിറ്റീവ് ചിത്രങ്ങൾ സൃഷ്ടിക്കുക.

- നിങ്ങളുടെ ശരീരത്തെക്കുറിച്ച് മറ്റുള്ളവരിൽ നിന്ന് കൂടുതൽ പോസിറ്റീവ് പ്രതികരണങ്ങൾ നേടുക.

ശരീര പോസിറ്റിവിറ്റി പ്രസ്ഥാനങ്ങൾ ശരീര ചിത്രത്തെക്കുറിച്ചുള്ള സാംസ്കാരിക പ്രതീക്ഷകളെ മാറ്റാൻ സഹായിക്കുന്നുണ്ട്. ഈ പ്രസ്ഥാനങ്ങളുടെ പ്രവർത്തനം മൂലം, വ്യത്യസ്ത ശരീര ആകൃതികളും വലുപ്പങ്ങളും ഉള്ള ആളുകൾ അവരുടെ ശരീരത്തെക്കുറിച്ച് കൂടുതൽ സ്വീകാര്യതയും സ്നേഹവും അനുഭവിക്കാൻ തുടങ്ങിയിട്ടുണ്ട്.

Chapter 6: Embracing the Spectrum: A Celebration of Diversity and Inclusivity

അദ്ധ്യായം 6: സ്പെക്ട്രം ഉൾക്കൊള്ളുന്നു: വൈവിധ്യത്തിന്റെയും ഉൾപ്പെടുത്തലിന്റെയും ആഘോഷം

വർഗം, ലിംഗഭേദം, വംശീയത എന്നിവയെ അടിസ്ഥാനമാക്കിയുള്ള ഹാനികരമായ സൗന്ദര്യ മുൻവിധികളെ ചോദ്യം ചെയ്യുന്നു

സൗന്ദര്യം ഒരു ആത്മനിഷ്ഠമായ അനുഭവമാണ്, എന്നാൽ അതിന്റെ നിർവചനം പലപ്പോഴും സാംസ്കാരിക പ്രതീക്ഷകളാൽ സ്വാധീനിക്കപ്പെടുന്നു. ഇത് വർഗം, ലിംഗഭേദം, വംശീയത എന്നിവയെ അടിസ്ഥാനമാക്കിയുള്ള ഹാനികരമായ സൗന്ദര്യ മുൻവിധികളിലേക്ക് നയിച്ചേക്കാം.

വർഗത്തെ അടിസ്ഥാനമാക്കിയുള്ള സൗന്ദര്യ മുൻവിധികൾ

പല സംസ്കാരങ്ങളിലും, വെളുത്ത ത്വക്കുള്ളവർ സൗന്ദര്യത്തിന്റെയും ആകർഷകതയുടെയും മാനദണ്ഡമായി കണക്കാക്കപ്പെടുന്നു. ഇത് നിറമുള്ള ആളുകൾക്ക് അവരുടെ

സൗന്ദര്യത്തെക്കുറിച്ച് അസ്വസ്ഥതയുണ്ടാകാൻ കാരണമാകുന്നു.

ഉദാഹരണത്തിന്, ഒരു പഠനത്തിൽ, വെളുത്ത ത്വക്കുള്ളവരെയും നിറമുള്ളവരെയും ഉൾപ്പെടുത്തിയ 200 പേരെ അവരുടെ സൗന്ദര്യത്തെക്കുറിച്ച് ചോദിച്ചു. വെളുത്ത ത്വക്കുള്ളവർ തങ്ങളെ കൂടുതൽ സുന്ദരരായി കാണുന്നുവെന്ന് പറഞ്ഞപ്പോൾ, നിറമുള്ളവർ തങ്ങളെ കൂടുതൽ കുറവായി കാണുന്നുവെന്ന് പറഞ്ഞു.

ലിംഗഭേദത്തെ അടിസ്ഥാനമാക്കിയുള്ള സൗന്ദര്യ മുൻവിധികൾ

പല സംസ്കാരങ്ങളിലും, സ്ത്രീകൾക്ക് പുരുഷന്മാരെക്കാൾ വ്യത്യസ്തമായ സൗന്ദര്യ മാനദണ്ഡങ്ങളുണ്ട്. ഉദാഹരണത്തിന്, സ്ത്രീകൾക്ക് പലപ്പോഴും മെലിഞ്ഞതും ടോൺ ചെയ്തതുമായ ശരീരം ആവശ്യമാണ്, അതേസമയം പുരുഷന്മാർക്ക് പലപ്പോഴും പേശികളുള്ള ശരീരം ആവശ്യമാണ്.

ഈ സൗന്ദര്യ മാനദണ്ഡങ്ങൾ സ്ത്രീകൾക്ക് അവരുടെ ശരീരത്തെക്കുറിച്ച് അസ്വസ്ഥതയുണ്ടാക്കും, കൂടാതെ ഭക്ഷണാവസ്ഥകൾ, സ്വയം-ഹാനികരമായ പെരുമാറ്റങ്ങൾ തുടങ്ങിയ ആരോഗ്യ പ്രശ്നങ്ങൾക്ക് കാരണമാകും.

വംശീയതയെ അടിസ്ഥാനമാക്കിയുള്ള സൗന്ദര്യ മുൻവിധികൾ

പല സംസ്കാരങ്ങളിലും, ഒരു പ്രത്യേക വംശത്തിന് പ്രത്യേകമായ സൗന്ദര്യ മാനദണ്ഡങ്ങളുണ്ട്. ഉദാഹരണത്തിന്, ഏഷ്യൻ രാജ്യങ്ങളിൽ, ഐവറി പോലുള്ള വെളുത്ത ചർമ്മം സൗന്ദര്യത്തിന്റെയും ആകർഷകതയുടെയും മാനദണ്ഡമായി കണക്കാക്കപ്പെടുന്നു.

ഈ സൗന്ദര്യ മാനദണ്ഡങ്ങൾ വംശീയ ന്യൂനപക്ഷങ്ങൾക്ക് അവരുടെ സൗന്ദര്യത്തെക്കുറിച്ച് അസ്വസ്ഥതയുണ്ടാക്കും.

ഹാനികരമായ സൗന്ദര്യ മുൻവിധികളെ നേരിടാൻ എന്താണ് ചെയ്യാൻ കഴിയൂ?

ഹാനികരമായ സൗന്ദര്യ മുൻവിധികളെ നേരിടാൻ നിരവധി കാര്യങ്ങൾ ചെയ്യാൻ കഴിയും. ഇതിൽ ഇവ ഉൾപ്പെടുന്നു:

- സാംസ്കാരിക പ്രതീക്ഷകളെക്കുറിച്ച് ബോധവാന്മാരായിരിക്കുക. നിങ്ങൾക്ക് എങ്ങനെയുള്ള സൗന്ദര്യം സുന്ദരമാണെന്ന

വ്യക്തിഗത സ്വഭാവത്തെ ആഘോഷിക്കുന്ന, കൂടുതൽ ഉൾപ്പെടുത്തൽപരവും വൈവിധ്യമാർന്നതുമായ സൗന്ദര്യ നിർവചനത്തിനായി വാദിക്കുന്നു

സൗന്ദര്യം ഒരു ആത്മനിഷ്ഠമായ അനുഭവമാണ്, എന്നാൽ അതിന്റെ നിർവചനം പലപ്പോഴും സാംസ്കാരിക പ്രതീക്ഷകളാൽ സ്വാധീനിക്കപ്പെടുന്നു. ഈ പ്രതീക്ഷകൾ പലപ്പോഴും ഹാനികരമായ സൗന്ദര്യ മുൻവിധികളിലേക്ക് നയിക്കുന്നു, പ്രത്യേകിച്ച് വർഗം, ലിംഗഭേദം, വംശീയത എന്നിവയെ അടിസ്ഥാനമാക്കിയുള്ളവ.

വ്യക്തിഗത സ്വഭാവത്തെ ആഘോഷിക്കുന്ന സൗന്ദര്യ നിർവചനം

ഒരു കൂടുതൽ ഉൾപ്പെടുത്തൽപരവും വൈവിധ്യമാർന്നതുമായ സൗന്ദര്യ നിർവചനം വ്യക്തിഗത സ്വഭാവത്തെ ആഘോഷിക്കുന്നതായിരിക്കണം. ഇത് ശാരീരിക പ്രത്യേകതകളെക്കുറിച്ചോ മറ്റ് ഘടകങ്ങളെക്കുറിച്ചോ അടിസ്ഥാനമാക്കിയുള്ള ആപേക്ഷിക മാനദണ്ഡങ്ങളെക്കുറിച്ചല്ല. പകരം, ഇത് വ്യക്തിയുടെ ആന്തരിക സൗന്ദര്യത്തെയും അതിശയകരമായ വൈവിധ്യത്തെയും അംഗീകരിക്കുന്നു.

കൂടുതൽ ഉൾപ്പെടുത്തൽപരമായ സൗന്ദര്യ നിർവചനം

ഈ നിർവചനം വർഗം, ലിംഗഭേദം, വംശീയത എന്നിവയെ അടിസ്ഥാനമാക്കിയുള്ള സൗന്ദര്യ മുൻവിധികളെ പൊളിച്ചെഴുതുന്നു. ഇത് എല്ലാവരെയും, അവരുടെ വ്യക്തിഗത പ്രത്യേകതകളിൽ നിന്ന് മുക്തമായി, സൗന്ദര്യത്തിന്റെയും ആകർഷകതയുടെയും പൂർണ്ണ പങ്കാളികളാക്കുന്ന സമൂഹത്തിന് കാരണമാകും.

കൂടുതൽ വൈവിധ്യമാർന്ന സൗന്ദര്യ നിർവചനം

ഈ നിർവചനം സൗന്ദര്യത്തിന്റെ വൈവിധ്യത്തെ അംഗീകരിക്കുന്നു. ഇത് നമ്മെ വ്യത്യസ്ത രീതിയിൽ കാണുന്ന സൗന്ദര്യം കണ്ടെത്താൻ പ്രോത്സാഹിപ്പിക്കുന്നു.

സൗന്ദര്യ നിർവചനത്തെ മാറ്റാൻ എന്താണ് ചെയ്യാൻ കഴിയൂ?

സൗന്ദര്യ നിർവചനത്തെ മാറ്റാൻ നിരവധി കാര്യങ്ങൾ ചെയ്യാം. ഇതിൽ ഇവ ഉൾപ്പെടുന്നു:

- സാംസ്കാരിക പ്രതീക്ഷകളെക്കുറിച്ച് ബോധവാന്മാരായിരിക്കുക. നിങ്ങളുടെ സ്വന്തം സൗന്ദര്യ മാനദണ്ഡങ്ങൾ എങ്ങനെ രൂപപ്പെടുന്നുവെന്ന് മനസിലാക്കുക.

- വ്യത്യസ്ത വ്യക്തികളുടെ സൗന്ദര്യത്തെ ആഘോഷിക്കുക. നിങ്ങളുടെ ചുറ്റുമുള്ള ലോകത്തിൽ നിങ്ങളുടെ സ്വന്തം സൗന്ദര്യ

മാനദണ്ഡങ്ങളെ വെല്ലുവിളിക്കുന്ന ആളുകളെ കാണുക.

- നിങ്ങളുടെ സ്വന്തം സൗന്ദര്യത്തെ അംഗീകരിക്കുക. നിങ്ങളുടെ ശരീരത്തിന്റെയും വ്യക്തിത്വത്തിന്റെയും എല്ലാ ഭാഗങ്ങളെയും സ്നേഹിക്കുക.

ഈ കാര്യങ്ങൾ ചെയ്യുന്നതിലൂടെ, നമ്മെ ചുറ്റിപ്പറ്റിയുള്ള ലോകത്തെക്കുറിച്ച് നമ്മുടെ കാഴ്ചപ്പാട് മാറ്റിക്കൊണ്ട്, ഒരു കൂടുതൽ ഉൾപ്പെടുത്തൽപരവും വൈവിധ്യമാർന്നതുമായ സൗന്ദര്യ നിർവചനം സൃഷ്ടിക്കാൻ നമുക്ക് സഹായിക്കാം.

സൗന്ദര്യവ്യവസായത്തിലും അതിനപ്പുറത്തും പ്രാതിനിധ്യത്തിന്റെയും ഉൾപ്പെടുത്തലിന്റെയും പ്രാധാന്യം ചർച്ച ചെയ്യുന്നു

സൗന്ദര്യം ഒരു ആത്മനിഷ്ഠമായ അനുഭവമാണ്, എന്നാൽ അതിന്റെ നിർവചനം പലപ്പോഴും സാംസ്കാരിക പ്രതീക്ഷകളാൽ സ്വാധീനിക്കപ്പെടുന്നു. ഈ പ്രതീക്ഷകൾ പലപ്പോഴും ഹാനികരമായ സൗന്ദര്യ മുൻവിധികളിലേക്ക് നയിക്കുന്നു, പ്രത്യേകിച്ച് വർഗം, ലിംഗഭേദം, വംശീയത എന്നിവയെ അടിസ്ഥാനമാക്കിയുള്ളവ.

സൗന്ദര്യവ്യവസായത്തിൽ പ്രാതിനിധ്യം

സൗന്ദര്യവ്യവസായം പലപ്പോഴും വെളുത്ത, മെലിഞ്ഞ, യുവ സ്ത്രീകളെ പ്രതിനിധീകരിക്കുന്നു. ഇത് ഇതര സൗന്ദര്യ മാനദണ്ഡങ്ങളുള്ള ആളുകൾക്ക് അവരുടെ സൗന്ദര്യത്തെക്കുറിച്ച് അസ്വസ്ഥതയുണ്ടാകാൻ കാരണമാകുന്നു.

ഉദാഹരണത്തിന്, ഒരു പഠനത്തിൽ, സൗന്ദര്യവ്യവസായത്തിൽ പ്രതിനിധീകരിക്കപ്പെടാത്ത ആളുകൾക്ക് അവരുടെ ശരീരത്തെക്കുറിച്ച് കൂടുതൽ അസംതൃപ്തരാണെന്ന് കണ്ടെത്തി. അവർക്ക് മാനസികാരോഗ്യ പ്രശ്നങ്ങൾ ഉണ്ടാകാനുള്ള സാധ്യതയും കൂടുതലാണ്.

സൗന്ദര്യവ്യവസായത്തിൽ ഉൾപ്പെടുത്തൽ

സൗന്ദര്യവ്യവസായം കൂടുതൽ ഉൾപ്പെടുത്തൽപരമാകുന്നതോടെ, ഇത് ഇതര സൗന്ദര്യ മാനദണ്ഡങ്ങളുള്ള ആളുകളെ അവരുടെ സൗന്ദര്യത്തെക്കുറിച്ച് കൂടുതൽ സ്വീകാര്യതയും സ്നേഹവും അനുഭവിക്കാൻ പ്രോത്സാഹിപ്പിക്കും.

ഉദാഹരണത്തിന്, ഇതര വർഗങ്ങളിലെയും ശരീര ആകൃതികളിലെയും മോഡലുകളെ ഉപയോഗിക്കുന്ന ഫാഷൻ പ്രചാരണങ്ങൾ ഇതര സൗന്ദര്യ മാനദണ്ഡങ്ങളെക്കുറിച്ച് അവബോധം വളർത്താനും ഇതര സൗന്ദര്യ മാനദണ്ഡങ്ങളുള്ള ആളുകൾക്ക് അവരുടെ സൗന്ദര്യത്തെക്കുറിച്ച് കൂടുതൽ ആത്മവിശ്വാസം നൽകാനും സഹായിക്കും.

സൗന്ദര്യവ്യവസായത്തിന് പുറത്ത് പ്രാതിനിധ്യം

സൗന്ദര്യവ്യവസായം കൂടുതൽ ഉൾപ്പെടുത്തൽപരമാകുന്നത് സൗന്ദര്യവ്യവസായത്തിന് പുറത്തും മാറ്റങ്ങൾ വരുത്താൻ സഹായിക്കും.

ഉദാഹരണത്തിന്, സ്കൂളുകളിലും മീഡിയയിലും കൂടുതൽ ഉൾപ്പെടുത്തൽപരമായ പ്രതിനിധ്യം ഇതര സൗന്ദര്യ മാനദണ്ഡങ്ങളുള്ള കുട്ടികൾക്ക് അവരുടെ സൗന്ദര്യത്തെക്കുറിച്ച് കൂടുതൽ

സ്വീകാര്യതയും സ്നേഹവും അനുഭവിക്കാൻ സഹായിക്കും.

സൗന്ദര്യവ്യവസായത്തിലും അതിനപ്പുറത്തും ഉൾപ്പെടുത്തലിന്റെ പ്രാധാന്യം

സൗന്ദര്യവ്യവസായത്തിലും അതിനപ്പുറത്തും ഉൾപ്പെടുത്തൽ സമൂഹത്തിന് പല നേട്ടങ്ങൾ നൽകുന്നു. ഇത് ഇതര സൗന്ദര്യ മാനദണ്ഡങ്ങളുള്ള ആളുകൾക്ക് അവരുടെ സൗന്ദര്യത്തെക്കുറിച്ച് കൂടുതൽ സ്വീകാര്യതയും സ്നേഹവും അനുഭവിക്കാൻ സഹായിക്കുന്നു.